बारामती कृषी पॅटर्न

'कृषी क्रांती'चा मार्गदर्शक...

डॉ. आप्पासाहेब आक्काप्पा पवार

सकाळ प्रकाशन

बारामती कृषी पॅटर्न
© डॉ. आप्पासाहेब आक्काप्पा पवार, २०२४

Baramati Krushi Pattern
© **Dr. Appasaheb Akkappa Pawar, 2024**

प्रथम आवृत्ती	:	सप्टेंबर, २०२४
प्रकाशक	:	सकाळ मीडिया प्रा. लि.
		५९५, बुधवार पेठ,
		पुणे ४११ ००२
संपादन	:	अंजली इंगवले
मुखपृष्ठ	:	अपूर्वा सेलूकर
मांडणी	:	अनुज आर्टस्
मुद्रणस्थळ	:	विकास प्रिंटिंग ऑण्ड कॅरिअर्स प्रा. लि.
		प्लॉट नं. ३२, एमआयडीसी,
		सातपूर, नाशिक ४२२००७
ISBN	:	978-81-975255-2-0
संपर्क	:	020-2440 5678 / 88888 49050
		sakalprakashan@esakal.com

'ज्याच्या हाती नांगर, तो करी भारताचा उद्धार...'

राजकीय, संसदीय जीवनाची पन्नास वर्षे... वयाचा 'अमृतमहोत्सव' आणि त्यानंतर 'सहस्रचंद्र दर्शना'कडे यशस्वी वाटचाल... अनुभवसिद्ध, कर्तृत्ववान मुख्यमंत्री... केंद्रीय संरक्षणमंत्री... आणि यशस्वी कृषिमंत्री...
भारताला अन्नधान्याच्या बाबतीत स्वयंपूर्ण करून दुसरी हरितक्रांती घडवून आणणाऱ्या, देशाची प्रतिष्ठा आणि मान-सन्मान वाढत नेणाऱ्या जाणत्या राजाला... मा. शरदचंद्र पवारसाहेब यांना
भावपूर्ण शब्दरूपी रत्ने अर्पण...

प्रस्तावना

गडहिंग्लज येथील महाविद्यालयाचे सेवानिवृत्त प्राचार्य, डॉ. आप्पासाहेब आक्काप्पा पवार यांनी मा. शरदचंद्र पवार यांच्या बारामती परिसरातील कार्यकर्तृत्वावर पुस्तक लिहीत असल्याचे सांगितले. त्यासाठी प्रस्तावना लिहिण्याची विनंती केली.

त्यामुळे बारामती येथील 'कृषी विकास प्रतिष्ठान'च्या (अग्रिकल्चरल डेव्हलपमेंट ट्रस्ट) कामांची मालिकाच डोळ्यांसमोर उभी राहिली. 'बारामती'चे नाव आले की, मा. शरदचंद्र पवार यांचे वडीलबंधू पद्म श्री आप्पासाहेब पवार यांची मूर्तीच समोर उभी राहते. अत्यंत जीवलग माणसांबद्दल लिहायचे म्हटले की, एक प्रकारचे दडपण येते. तथापि, पुस्तकाच्या हस्तलिखिताचे वाचन केल्यानंतर बराच ताण हलका झाला.

पारंपरिक शेतकरी कुटुंबात जन्म झाल्यामुळे शेतीची दुरवस्था शरद पवारसाहेबांना लहानपणापासून माहीत होती. शेतीतील हवामान बदल, दुष्काळ, अवकाळी पाऊस, गारपीट, अशा अस्मानी आणि शेती निविष्ठांच्या वाढत्या किमती, बेभरवशी बाजारभाव असा सुलतानी संकटांची कोणत्याही सर्वसामान्य शेतकऱ्यांप्रमाणेच शरदचंद्र पवार यांचीही पार्श्वभूमी होती. त्यामुळेच तरुणपणातच सामाजिक आणि राजकीय क्षेत्रात उतरलेल्या पवारसाहेबांना एकूणच शेती, समाज आणि आर्थिक प्रश्नांचे आकलन होत होते.

'भुकेली जनता सबबी ऐकत नाही, कशाची पर्वा करत नाही,' हे रोमन तत्त्वज्ञान इतके अर्थपूर्ण आहे की, त्याचे उत्तम उदाहरण आपल्याला बारामतीमध्ये दिसते. 'कष्टासाठी दाम आणि या कष्टातून उभारलेल्या पाझर तलावांच्या माध्यमातून अन्ननिर्मिती,' हे तत्त्वज्ञान पवारसाहेबांनी १९६७च्या दुष्काळात बारामती परिसरात परकीय मदतीच्या साहाय्याने प्रत्यक्षात अमलात आणले. शेती आणि शेतकरी यांना सदैव दुर्लक्षित करण्यात आलेले आहे. अशा

पार्श्वभूमीवर पवारसाहेबांच्या शेती व शेतकरी सक्षमीकरण करण्याच्या कार्यावर आधारित हे पुस्तक अभिनंदनास पात्र आहे.

सुख-समृद्धीचा मार्ग, जलनिर्मिती, जलसंधारण आणि आधुनिक एकात्मिक शेतीशास्त्रातून प्रत्यक्षकृतीने प्रकल्प गावातून सुरू करून तालुका, जिल्हा आणि राज्यपातळीवर केल्याची यशस्वी गाथा या पुस्तकात आहे. लेखक प्रा. डॉ. आप्पासाहेब पवार हे अर्थशास्त्राचे पदवीधर, पण त्यांचे कृषी विषयाचे नव्हे तर संलग्न सर्व विषयांचे ज्ञान आपल्याला पुस्तकातून मिळते. त्यांनी कोल्हापूरच्या शिवाजी विद्यापीठातून पीएचडी संपादन केली असली, तरी बारामती परिसरातील मागील चाळीस वर्षांच्या विकासाच्या वाटचालीचा टप्प्याटप्प्याने आढावा पुस्तकात घेतल्याचे स्पष्ट जाणवते. सामान्य माणूस आणि शेतकरी यांच्याविषयीचे प्रेमाचे प्रतीक यांतून जाणवते.

ठिबक सिंचन पद्धतीचा पहिला प्रयोग १९८०-८१मध्ये देश पातळीवर 'पाणी व्यवस्थापन योजना' हा होता. राहुरी येथील म. फुले. कृषी विद्यापीठात पिकांवर ऑस्ट्रेलियातील बॅरोसा व्हॅलीमधील पीक पद्धतीवर आधारित तो प्रयोग केला होता. तेव्हा ठिबक सिंचन प्रशिक्षणासाठी पद्म श्री डॉ. आप्पासाहेब तीन महिने इस्रायलला गेले होते. त्यानंतर त्यांनी राहुरीला येऊन ठिबक सिंचनाची माहिती घेतली आणि शास्त्रज्ञांची स्तुती केली.

१९८०पासून २०००पर्यंत कृषिरत्न, आप्पासाहेब पवार यांनी डॉ. शंकरराव मगर, ऊस विशेषतज्ज्ञ डॉ. डी. जी. हापसे, जलसिंचन खात्याचे स्व. रामभाऊ चव्हाण यांच्यासारखी कृषिरत्ने 'कृषी विकास प्रतिष्ठान'च्या माध्यमातून संपूर्ण महाराष्ट्रातून जमा केली. त्यामुळे कृषी विकास प्रतिष्ठान असो, कृषी विज्ञान केंद्र असो, विद्या प्रतिष्ठान असो या ठिकाणी कुठेच तंत्रज्ञानात कधी कमी पडले नाही. अर्थात या सर्वांत मोठा आणि मार्गदर्शनपर राजकीय सहभाग माजी कृषिमंत्री, मा. शरद पवारसाहेब यांचा होता आणि आजही आहे.

बारामतीच्या कृषी विकासामध्ये त्यांच्या दूरदृष्टीचा उल्लेख आवर्जून करणे आवश्यक वाटते. प्रचंड स्मरणशक्ती, बारकाईने तांत्रिक अभ्यास आणि सहज-साधे वक्तृत्व ही त्यांची अंगभूत वैशिष्ट्ये. 'कृषी विकास प्रतिष्ठान' (ऑग्रिकल्चरल डेव्हलपमेंट ट्रस्ट) ही संस्था १९७०मध्ये त्यांनी स्थापन केली, यामुळे 'बारामती कृषी पॅटर्न'चा पाया घातला गेला.

पुस्तकात बारामती कृषी विकास प्रतिष्ठानची सुरुवात पाझर तलावांपासून करून 'अटल इनक्युबेशन सेंटर' आणि 'ऑक्सफर्ड युनिव्हर्सिटीच्या सहभागापर्यंतची वैशिष्ट्ये मोजक्या शब्दांत मांडली आहेत. देशाची वाढती लोकसंख्या आणि अन्नधान्य स्वयंपूर्णता वाढवून त्यामध्ये समन्वय साधून 'कृषी विकास प्रतिष्ठान'ची ध्येय-धोरणे आणि उद्दिष्टे स्पष्ट करत विविध निकषांचा आढावा घेतला आहे. प्राथमिक स्वरूपाच्या १९६८ ते १९७४च्या पंचवार्षिक प्रकल्पानंतरचा ग्रामीण विकासाचा दुसरा टप्पा १९८० ते १९९० या कालखंडातील आर्थिक विकास खऱ्या अर्थाने मैलाचा दगड ठरला आहे. त्याकाळात आदर्श शेतीची स्थापना मी केली. कृषिरत्न, आप्पासाहेब पवार यांनी त्याला पुढे 'भारतातील इस्त्राईल' असे संबोधले होते.

तिसऱ्या टप्प्यानंतर १९९०च्या पुढे 'बारामती पॅटर्न'मध्ये समाज उन्नतीवर भर दिला. समाजातील दुर्बल आर्थिक घटकांना रोजगार मिळावा यासाठी आवश्यक ते औद्योगिक प्रशिक्षण आणि उद्योगधंद्यासाठी प्रशिक्षित, कौशल्यपूर्ण मनुष्यबळ तयार केले गेले. अभियांत्रिकी आणि मेडिकल महाविद्यालयांची उभारणी तसेच ट्रस्टच्या माध्यमातून उभारलेले 'शारदाबाई पवार महिला महाविद्यालय' हजारो मुलींसाठी उपयुक्त ठरत आहे. कृषी अनुसंधान परिषद, दिल्ली या संस्थेच्या मान्यतेने डॉ. शरदचंद्र पवार कृषी महाविद्यालय उदयास आले. हे देशातील पहिले कृषी महाविद्यालय ठरले. अशा विविध उपक्रमांची संपूर्ण यादी देणे शक्य नाही, असे लेखक प्रामाणिकपणे कबूल करतात.

बारामतीतील 'कृषी विकास प्रतिष्ठान,' 'विद्या प्रतिष्ठान' यांची संक्षिप्त ओळख करून देताना सत्य सांख्यकी माहिती गोळा करणे, हे 'कृषी विकास प्रतिष्ठान'च्या इतिहासातील ऐतिहासिक कार्य ठरू शकते.

या ठिकाणी एका संस्मरणीय कार्यक्रमाची आठवण झाल्याशिवाय राहत नाही. माजी राष्ट्रपती स्व. प्रणव मुखर्जी यांनी नवी दिल्लीतील 'इंडियन कौन्सिल ऑफ ॲग्रिकल्चरल' या संस्थेच्या ८५व्या वर्धापन दिनानिमित्त २०१३मध्ये केलेल्या भाषणात म्हटले होते की, 'आज चार दशकानंतर महाराष्ट्राचा आणखी एक सुपुत्र अर्थात कृषिमंत्री, शरदचंद्र पवार यांच्या तडफदार नेतृत्वाखाली आपला देश अन्नधान्याबाबत स्वयंपूर्ण झाला आहे. इतकेच नव्हे तर सलग दोन वर्षे तांदळाचे सर्वाधिक उत्पादन आणि गव्हाची निर्यात करणारा देश म्हणून

भारताचा गौरव झाला आहे.' पहिल्या हरितक्रांतीने त्या वेळी ५५ कोटी जनतेची भूक भागवली होती. पण २०००मध्ये पुन्हा एकदा अन्नधान्याची समस्या उभी राहण्याचा धोका निर्माण झाला होता.

शेतकरी कुटुंबातील मा. शरदचंद्र पवार केंद्रीय कृषिमंत्री झाले. तो आव्हानांचा खडतर काळ असताना देखील पवारसाहेबांनी शेतकरी आणि शेतीचे दुखणे नेमकेपणाने जाणले. दहा वर्षे कृषिमंत्रिपद सांभाळताना विक्रमी अन्नधान्याचे उत्पादन (सुमारे ३३० दशलक्ष टन) देशात झाले. भाजीपाला आणि फलोत्पादनात जगात दुसरा क्रमांक, दुग्ध उत्पादनात जगात पहिला क्रमांक देशाने संपादन केला. तेव्हा देशाच्या ११० कोटी लोकसंख्येला पूर्णतः भूकमुक्त केले. मा. शरद पवारसाहेबांनी मात्र याचे श्रेय शास्त्रज्ञांना, तंत्रज्ञांना देतात हा त्यांच्या मनाचा मोठेपणा आहे.

प्राध्यापक, प्राचार्य, अर्थशास्त्राचे तज्ज्ञ, 'बारामती कृषी पॅटर्न'वर केलेली डॉक्टरेट असा डॉ. आप्पासाहेब आक्काप्पा पवार यांचा आलेख चढता राहिला आहे. त्यांच्या अनुभवांतून साकारलेल्या या पुस्तकाला मनापासून शुभेच्छा! वाचकांना, विशेषतः अभ्यासकांना 'बारामती पॅटर्न' अभ्यासण्यासाठी पुस्तक निश्चित उपयुक्त ठरेल, अशी अपेक्षा आहे.

– डॉ. शंकरराव मगर
माजी कुलगुरू,
डॉ. बाळासाहेब सावंत
कोकण कृषी विद्यापीठ, रत्नागिरी
मो. ९४२२०७६३८२

मनोगत

मानव आणि शेती यांचे अतूट असे नाते आहे. मानव हा समाजशील प्राणी असून तो कायम परिवर्तनाची वाट धरत असतो. भारत हा कृषिप्रधान देश असून, शेतीवर आधारित समाज आणि एकूणच अर्थव्यवस्था येथे निर्माण झालेली दिसते. या बदलाच्या प्रक्रियेत शेतीशी संबंधित अनेक बाबी देशाने विकसित केल्या आहेत. याचे एक उत्तम उदाहरण म्हणजे महाराष्ट्रातील बारामतीचा 'शेतीसंबंधी विकासाचा पॅटर्न' होय! या पॅटर्नचा स्वीकार महाराष्ट्रासह देशातील अन्य राज्यांनी आणि परदेशातही केला गेला आहे.

या 'पॅटर्न'बाबत परिसरातील शेतकऱ्यांना, रहिवाशांना नक्कीच माहिती आहे. त्याचे प्रणेते मा. शरद पवारसाहेब असल्यामुळे त्याचा राजकीय आणि सामाजिक पातळीवर सातत्याने ऊहापोह होत आला आहे. त्याबाबत सातत्याने चांगले-वाईट बोलले जात असले, तरी त्याचा स्वीकार करण्याचा प्रयत्न महाराष्ट्रासह देशातील अनेक विभागांमध्ये झाल्याचा दिसतो. त्याचा प्रत्यय पुढील अनेक बाबींतून येतो. आजपर्यंत लहान-मोठे सामाजिक कार्यकर्ते, सरपंच, जिल्हा परिषद अध्यक्ष, आमदार आणि खासदारापर्यंत प्रत्येक निवडणुकीच्या आश्वासनांमध्ये किंवा भविष्यकालीन कृती आराखड्यात 'माझ्या भागाचा 'बारामती'सारखा विकास करून दाखवतो' असा उल्लेख उमेदवाराकडून केला जातो. हे स्वप्न बाळगणे जितके अभिमानास्पद आहे, तितकेच ते आव्हानात्मक आहे. ही वस्तुस्थिती नाकारता येत नाही.

भारताचे माजी पंतप्रधान व जागतिक अर्थतज्ज्ञ डॉ. मनमोहन सिंग यांनी बारामतीला भेट दिली होती. तेव्हा त्यांनी मंत्रिमंडळातील त्यांचे सहकारी, तत्कालीन केंद्रीय कृषिमंत्री मा. शरदचंद्र पवार यांच्या कार्याचा गौरवपूर्ण उल्लेख करताना बारामतीतील 'कृषी पॅटर्न'चे कौतुक केले होते. त्यामुळे हा बारामतीचा हा

'पॅटर्न' केवळ राज्यपातळीवरच न राहता, तो देशपातळीवरील बातम्यांचा विषय झाला होता.

बेळगावचे आमचे पाहुणे कै. अजित खन्नुकर यांच्या बंधूंच्या विवाहप्रसंगी कृषिरत्न, आप्पासाहेब पवारांशी माझी भेट घडवली. बेळगांवच्या एल. आर. पाटील यांचे जावई आणि गडहिंग्लजच्या शिवराज कॉलेजमधील अर्थशास्त्राचे प्राध्यापक अशी त्यांच्याशी माझी ओळख करून दिली. त्यानंतर कायमस्वरूपी आमचे सूर जुळले.

१९७४मध्ये गडहिंग्लजच्या साधना हायस्कूलमधील सायन्स विभागाच्या उद्घाटन समारंभाच्या वेळी महाराष्ट्र राज्याचे तत्कालीन गृहमंत्री मा. शरद पवारसाहेबांची भेट घेण्याचा योग आला. त्या वेळी फारसे काही बोलणे झाले नसले, तरी ती भेट माझ्या मनात कोरली गेली. पुढे आमच्या महाविद्यालयाने मला पीएचडीची अट घातली. तेव्हा माझ्यासमोर गाईड आणि पीएचडीसाठी विषय कोणता निवडायचा अशा मोठा प्रश्न उभा राहिला. माझे विद्यार्थीमित्र प्राचार्य वसंतराव नगरे हे मला शिवाजी विद्यापीठातील अर्थशास्त्राचे प्रा. डॉ. अजितकुमार डांगे यांच्याकडे घेऊन गेले. त्यांनी माझा मार्गदर्शक होण्याचे मान्य केले.

पीएचडीचा विषय कोणता असावा, यावर चर्चा करताना आमच्या बोलण्यातून बारामतीच्या विकासावर आधारित काही करता येईल का, यावर थोडीफार चर्चा झाली. प्रबंधासाठी आवश्यक ती आकडेवारी आणि माहिती उपलब्ध होईल का, याची चाचपणी करण्यासाठी स्व. डॉ. अजितकुमार डांगे यांच्यासह बारामतीला जाऊन कृषिरत्न, डॉ. आप्पासाहेब पवार यांची भेट घेतली. त्यांनी कृषी विकास प्रतिष्ठान आणि विद्या प्रतिष्ठान यांच्या कर्मचाऱ्यांशी बोलून विकासकामासंबंधी आवश्यक ती माहिती देता येईल, असे सांगितले.

त्या निमित्ताने माहिती संकलनासह, संशोधनात्मक अभ्यास होईल, असाही त्यांचा उद्देश होता. मग एकदाचा पीएचडीचा विषय ठरला. त्यानंतर प्रत्यक्ष अभ्यासासाठी बारामतीमधील दहा गावांतील शेतकऱ्यांच्या भेटी घेऊन माहिती घेतली. या संशोधन कार्यात माझे सहकारी मित्र डॉ. डी. आर. खटके यांचे मोलाचे सहकार्य लाभले. या संशोधन कार्यात माझे सहकारी मित्र डॉ. डी. आर. खटके यांचे मोलाचे सहकार्य लाभले. त्यासाठी बारामतीच्या आर्थिक, सामाजिक आणि शैक्षणिक विकासासंदर्भात झालेल्या फायद्यासंबंधी योग्य ती प्रश्नावली

भरून घेण्यात आली. त्या व्यतिरिक्त 'कृषी विकास प्रतिष्ठान', 'विद्या प्रतिष्ठान' आणि 'कृषी विज्ञान केंद्रा'ने आवश्यक ती कार्यालयीन माहिती पुरवली. सतत चार वर्षांच्या अभ्यासानंतर 'बारामती पॅटर्न' या विषयावर मी डॉ. डांगेसरांच्या मार्गदर्शनाखाली पीएचडीचा संशोधनपर प्रबंध शिवाजी विद्यापीठाला सादर केला. या प्रबंधास परीक्षक म्हणून डॉ. एस. के. कुलकर्णी आणि डॉ. सुखदेव थोरात यांनी मान्यता दिली. त्यानंतर शिवाजी विद्यापीठाकडून पीएचडीची पदवी मला मिळाली. या वैयक्तिक लाभासह सर्वांत महत्त्वाचा फायदा झाला तो म्हणजे, बारामतीमध्ये मा. शरदचंद्र पवार यांच्यासारख्या उत्तुंग व्यक्तिमत्त्वाला भेटता आले. प्रत्यक्ष बोलता आले. प्रत्यक्ष त्यांच्या तोंडून त्यांच्या आईची — शारदाबाईंची, महती ऐकायला मिळाली. मन भारावून गेले.

आजकाल तरुणपिढीसमोर फारच कमी आदर्श उपलब्ध आहेत. त्यातच राजकीय, सामाजिक कार्यकर्त्यांना नेतृत्व विकासाच्या प्रशिक्षणामध्ये आदर्श कामांची उभारणी कशा प्रकारे केली जाते, याचे उदाहरण समोर असावे या उद्देशाने प्रबंधातील काही भाग पुस्तकरूपात आणण्याचे निश्चित झाले. तरुणपिढी समोर, नवीन नेतृत्वासमोर विकासाची 'ब्ल्यू प्रिंट' ठेवण्याचा हा प्रयत्न आहे. 'बारामती'ची यशोगाथा पुस्तकरूपाने लिहिण्यासाठी अनेक विचारवंतांनी केलेला आग्रह मला मोडता आला नाही. सर्वांत महत्त्वाचे म्हणजे माझे प्रेरणास्थान मा. शरद पवारसाहेबांना शब्दांची रत्ने पुस्तक रूपाने भेट देण्याचा हा प्रयत्न आहे.

ज्यांच्या सहकार्याशिवाय हे पुस्तक आकारास येणे शक्य नव्हते ते 'सकाळ प्रकाशना'चे प्रमुख आशुतोष रामगीर, कार्यकारी संपादक दीपाली चौधरी, अंजली इंगवले आणि सर्व संपादकीय मंडळाचे मी मनापासून आभार मानतो.

— डॉ. आप्पासाहेब आक्काप्पा पवार

गडहिंग्लज

ऋणनिर्देश

'बारामती कृषी पॅटर्न' या पुस्तकाचे लिखाण करताना अर्थशास्त्रातील मान्यवरांनी लिहिलेले ग्रंथ, नियतकालिके, मासिके, वृत्तपत्रे आणि त्यांतील लेख इत्यादींचा आधार घेतलेला आहे. मी त्या सर्वांचा ऋणी आहे. लेखनाच्या कार्यात अनेक प्रत्यक्ष-अप्रत्यक्ष मान्यवरांनी केलेले साहाय्य अनमोल आहे. डॉ. बाबासाहेब आंबेडकर मराठवाडा विद्यापीठाचे माजी कुलगुरू डॉ. व्ही. बी. घुगे, शिवाजी विद्यापीठाचे माजी कुलगुरू, स्व. डॉ. अजितकुमार डांगे, डॉ. पंजाबराव देशमुख कृषी विद्यापीठाचे माजी कुलगुरू, डॉ. व्यंकटेश मायंदे, डॉ. शरद बनकर, माजी कुलगुरू, डॉ. शरद निंबाळकर, डॉ. बाळासाहेब सावंत कोकण कृषी विद्यापीठाचे माजी कुलगुरू, डॉ. शंकरराव मगर, डॉ. सी. एम. रफी (युएएस), धारवाड, कोल्हापूरच्या 'सुटा'चे माजी अध्यक्ष, डॉ. डी. आर. खटके, कोल्हापूर जिल्ह्याचे तत्कालीन पालकमंत्री हसन मुश्रीफसाहेब तसेच गडहिंग्लजची इंदिरा प्रियदर्शनी सहकारी पतसंस्था आणि त्यांचे सर्व पदाधिकारी, अध्यक्ष, संचालक आणि व्यवस्थापक या सर्वांचे सहकार्य व प्रोत्साहान लाभले.

पुस्तकासाठी संदर्भग्रंथ म्हणून लेखिका सरोजिनी नितीन चव्हाण, पद्म विभूषण मा. शरद पवारसाहेब, कृषिरत्न, पद्म श्री डॉ. आप्पासाहेब पवार आणि पद्म श्री प्रतापराव पवार यांच्या ऋणात कायम राहणे मी पसंत करेन.

आमचे स्नेही डॉ. शिवशंकर उपासे, प्रा. रामकुमार सावंत, डॉ. वसंतराव जुगळे, डॉ. जे. एफ. पाटील, डॉ. दांडगे, डॉ. एस. के. नेलें, डॉ. मधुकर बाचुळकर, माजी प्राचार्य, वसंतराव नगरे, माजी प्राचार्य, शिवाजीराव करमे, माजी प्राचार्य, प्रा. शाम गुरव, माजी प्राचार्य, डॉ. किशोरी पाटील, माजी प्राचार्य, डॉ. शिवकुमार खोबरे, माजी प्राचार्य, जे. बी. बारदेस्कर, प्रा. के. बी. केसरकर, प्रा. आनंदराव नाळे, प्रा. वसंतराव माने, डॉ. चंद्रशेखर देसाई, डॉ. विवेक पाटणे, डॉ. नरेंद्र पाटील,

डॉ. विशाल किल्लेदार, महेश आरभावी, उमेश सनदी, सुभाष धुमे, दत्ता देशपांडे, प्रा. सुरेश वडराळे या सर्वांनी लेखन साहित्य जमवण्यात मोलाची मदत केली. तसेच कर्मवीर विठ्ठल रामजी शिंदे शिक्षण संस्थेचे अध्यक्ष प्रा. किसनराव कुराडे, उपाध्यक्ष के. जी. पाटील, उपाध्यक्ष, प्रा. जे. वाय बारदेस्कर, ॲड. सुरेशराव कुराडे या सर्वांनी या कामासाठी प्रोत्साहन दिले.

आमच्या अंकले (संकेश्वर) गावचे सरपंच एकनाथ महादेव पोवार, सुखदेव तुकाराम पोवार, महादेव करमे, माजी सरपंच अरविंद किवंडा, माजी सरपंच, कांता पोवार, सचिव आप्पासाहेब फुंडे, पंच बाळासाहेब पोवार, पंच अंगद करमे, कॅप्टन रामा शेंडे, केदारनाथ दुंडाप्पा पोवार, विठ्ठलभक्त, एम. एस. पोवार, ॲड. गंगाधर पाटील यांनी यासाठी मला वेळोवेळी मदत केल्याने हे काम पूर्णत्वास गेले. संकेश्वरचे माजी नगराध्यक्ष जयप्रकाश नलवडे, माजी नगराध्यक्ष अमर मधुकर नलवडे, इंडी वकील, जाबन्नावर वकील, अध्यक्ष आप्पासाहेब शिरकोळी, सेंद्रिय शेतीचे प्रचारक अरुण देसाई (तेरणी), अध्यक्ष, आप्पासाहेब पाटील, राजेंद्र देसाई आणि इतर मित्रमंडळी यांचेही सहकार्यही लाभले.

माझे सासरे, 'बेळगांव श्री', स्व. एल. आर. पाटील, श्रीमती कमल पाटील, श्रीमती पुष्पा माने, श्रीमती निमा माने, जावई जगदीश शिवाजीराव पवार, सुजाता पवार, विकास बेळगांवकर, प्रीती बेळगांवकर, दिनेश वैद्य, कांचन वैद्य, मुलगा विनय व सून रूपाली आणि पत्नी सुनंदा यांचे मला नेहमी सकारात्मक प्रोत्साहन लाभले. त्याचबरोबर माझे नातू आणि नाती तसेच माझ्या छोट्या मदतनीस कु. सुषमा आणि कु. अमृता यांचीही मदत झाली. या सर्वांच्या ऋणात राहणेच मी पसंत करेन.

'कृषी विकास प्रतिष्ठान', 'कृषी विज्ञान केंद्र', 'विद्या प्रतिष्ठान' या संस्थांचे मला मोलाचे सहकार्य लाभले. मराठीत टंकलेखनाचे काम राजेंद्र बा. मोहिते, संजय देवार्डे, विनय ग्राफिक्स यांच्यासह शिवराज महाविद्यालय, गडहिंग्लजचे ग्रंथपाल संदीप कुराडे यांचेही मला सहकार्य लाभले. या सर्वांचा मी व्यक्तिशः ऋणी आहे.

- डॉ.आप्पासाहेब आक्काप्पा पवार

गडहिंग्लज

अनुक्रमणिका

'बारामती कृषी पॅटर्न'चे अंतरंग

ग्रामीण आणि सामाजिक विकासासंदर्भात लिहीत असताना 'रॅग्नर नॉर्क्स' यांच्या आर्थिक विकासाचा सिद्धान्त समोर होता. त्याचा आधार विश्लेषणासाठी घेतला आहे. विशेषतः मा. शरद पवारसाहेब यांचा शेतीमध्ये मोठ्या प्रमाणात गुंतलेली आपली लोकसंख्या अन्य उद्योग, व्यवसायांकडे वळवली पाहिजे, हा दृष्टिकोन तितकाच महत्त्वाचा ठरतो. कारण हे कितीही कटू असले तरी सत्य आहे. त्यामुळेच भारताच्या शेतीचा आणि पर्यायाने देशाचा विकास साधणार आहे.

आपल्या भागाचा पर्यायाने देशाचा विकास साधण्यासाठी स्वयंसेवी संस्थांची उभारणी आवश्यक ठरते. कारण या संस्थाच अर्थविकासाच्या प्रक्रियेमध्ये प्रेरक मदतनीस (कॅटॅलिस्ट एजंट) ठरतात. बारामती भागातील दूरदृष्टीने उभारलेल्या

विकासाभिमुख आणि समाज परिवर्तनाचे सातत्यपूर्ण कार्य करणाऱ्या विविध स्वयंसेवी संस्थांविषयी जाणून घेणेही तितकेच महत्त्वाचे ठरते.

विकास योजनेतून प्रारूपे

शरदचंद्र पवार यांच्या आत्मचरित्रासह त्यांच्या देशा-परदेशांमध्ये दिलेल्या विविध भाषणांतून प्रगल्भ व्यक्तिमत्त्व कळून येते. त्यासाठी त्यांच्या 'लोक माझे सांगाती', 'नेमकेची बोलणे', 'स्पर्धा काळाशी...' यांबरोबरच 'ट्रान्सफॉर्मिंग ऑग्रिकल्चर, ट्रान्सफॉर्मिंग इंडिया' या ग्रंथांचे संदर्भ आवश्यक तिथे घेतले आहेत.

प्रत्यक्ष माणूस, त्याचे ग्रंथ आणि त्यांतील विचार किती महत्त्वाचे असतात, याचे इतिहासात अनेक दाखले आहेत. ग्रंथातील विचाराने समाज घडतो, समाजात परिवर्तन घडून येते. थोर विचारवंत 'कार्ल मार्क्स' यांच्या कम्युनिस्ट विचारसरणी आणि दुसऱ्या बाजूला भांडवलशाही विचारसरणीमुळे जगात दोन विचारसरणी निर्माण झाल्या. सुप्रसिद्ध अर्थशास्त्रज्ञ 'लॉर्ड किन्स'च्या विचारसरणीमुळे जगातील लोकशाही, भांडवलशाहीचे संरक्षण झाले. भारतात राष्ट्रीय पातळीवरून विचार करता स्वातंत्र्यप्राप्तीपूर्वी ब्रिटिशांच्या विचारातून आणि स्वातंत्र्यप्राप्तीनंतर भारतीय नेतृत्वाखाली अनेक विकासाच्या योजना राबवण्यात आल्या. त्यातून अनेक प्रारूपे तयार केली गेली. भारताने पंचवार्षिक योजनांद्वारे आर्थिक विकासाचे प्रारूप स्वीकारले. त्यातून आर्थिक विकास साधण्याचा प्रयत्न झाला.

'कृषिक' प्रदर्शनाचे वेगळेपण

महाराष्ट्राचे चार वेळा मुख्यमंत्री पद भूषवण्याची संधी मिळालेल्या मा. शरदचंद्र पवार यांनी अनेक नावीन्यपूर्ण योजना राबवल्या. २००४मध्ये केंद्रामध्ये, संयुक्त पुरोगामी आघाडी (युपीए) सरकारच्या स्थापनेच्या वेळी त्यांना केंद्रीय कृषिमंत्रिपद मिळाले. त्यांची दूरदृष्टी आणि दिशादर्शक धोरणांमुळे भारत अन्नधान्यांच्या बाबतीत स्वयंपूर्ण झाला. देशात 'दुसरी हरितक्रांती' घडून आली. सत्तेचा उपयोग समाजाच्या विकासासाठी, समाजपरिवर्तनासाठी कशा प्रकारे करता येतो, याचा प्रत्यय आला.

अनेकांना सांगितलेले, काही जणांना लिहिलेले, तर बहुतांशी लोकांना प्रत्यक्ष पाहून समजू शकते. हाच विचार मनात घेऊन बारामतीमध्ये शेतीतील तंत्रज्ञानांची

प्रात्यक्षिके दाखविणारे 'कृषिक प्रदर्शन' भरवले जाते. असा उपक्रम भारतातील एकमेव असावा. 'कृषिक प्रदर्शन' म्हणजे शेतकऱ्याचे चालते-बोलते विद्यापीठच होय. कृषितंत्रज्ञान सप्ताह 'चैत्रपालवी' यांसारखे उपक्रम म्हणजे शेतकऱ्यांसाठी प्रयोगशाळाच! हेच 'बारामती कृषी पॅटर्न'चे खरे वैशिष्ट्य आहे.

साहित्यातील योगदान

या जगावर राज्य कोणाचे? या प्रश्नाचे उत्तर शोधायला गेलो, तर ते कुठल्याही एका राजाचे असणार नाही, तर जनमानसावर आरूढ झालेल्या ग्रंथांचेच खरे राज्य हेच उत्तर द्यावे लागेल. निसर्गाचे आणि मानवी जीवनाचे जवळचे नाते आहे. हे वेळोवेळी ग्रंथकर्त्यांनी आणि कवींनी वाङ्मय निर्मितीमधून स्पष्ट केले आहे. बारामतीच्या परिसरात मोरगाव येथे जन्मलेल्या कविवर्य मोरोपंतांची केकावलीमध्ये आर्यावृत्तामध्ये निसर्गाचा सुंदर अविष्कार शब्दबद्ध केला आहे. खरे तर 'केकावली' म्हणजे मोराचा आवाज. ही साहित्यकृती बारामतीकरांचा ठेवा ठरली. ही झाली साहित्यकृती पण बारामतीचे सुपुत्र शरदचंद्र पवार यांचे *Transforming Agriculture, Transforming India* हे पुस्तक आपल्याला विचारांची मेजवानी देते. या पुस्तकातून मांडलेले विचार प्रत्यक्षात आणण्याची संधी साधून त्यांनी आपली उक्ती आणि कृती यांतील समन्वय सिद्ध केला. त्यांच्या कृषिमंत्री पदाच्या कार्यकाळात देशाला अन्नधान्याच्या बाबतीत स्वयंपूर्णतेकडे नेले. बारामतीमध्ये राबवलेल्या अनेक विचारांना, देशपातळीवर नेण्याची संधीही त्यांना या अनुषंगाने मिळाली.

चार वेळा महाराष्ट्राचे मुख्यमंत्री पद मा. शरद पवारसाहेब यांनी भूषविले आहे. त्यामुळे राज्यातील आर्थिक, सामाजिक आणि शैक्षणिक परिवर्तनाचा 'बारामती पॅटर्न' त्यांच्याच कार्यकाळात देशभरातील अनेक ठिकाणी पोहोचला. त्यांच्या *लोक माझे सांगती* या आत्मकथेतून 'भारताची सर्वसमावेशकता' या महत्त्वाच्या वैशिष्ट्यांसोबत, सामान्यांतील सामान्य भारतीयांचे प्रगल्भ आणि सामुदायिक शहाणपण आपल्या समोर मांडतात. जनतेचा विश्वास ५५ वर्षे सातत्याने लाभल्याचे ते सांगतात. त्यांचे बंधू कृषिरत्न, डॉ. आप्पासाहेब पवार यांचे *पाणी : २१ व्या शतकातील संघर्षाची ठिणगी* पाण्याचे महत्त्व स्पष्ट करताना 'जलसाक्षरेचा' प्रचार आणि प्रसार करते. तर मा. प्रतापराव पवारांचे *वाटचाल*

उद्योजकतेबाबत एकूणच तरुणांना दिशा देत पायवाट तयार करते. ही सारी एकापेक्षा एक उत्तम अक्षरलेणी बारामतीचे वैभव ठरतात, यात शंका नाही.

भौगोलिक आणि आर्थिक स्थिती

बारामती हे गाव महाराष्ट्रातील पुणे जिल्ह्यातील तालुक्याचे ठिकाण म्हणून ज्ञात आहे. सरकार दप्तरी त्याचे 'भीमथडी' तालुका असेही दिसते. उत्तरेकडून दक्षिणेकडे वाहणाऱ्या कऱ्हा या नदीमुळे बारामतीचे दोन स्वाभाविक भाग पडतात. बारामतीचे अचूक स्थान १८९.१०° उत्तर अक्षांश आणि ७४.३९° पूर्व रेखांश असे सांगता येते.

पुणे शहरापासून ५० किमी अंतरावर असलेल्या या बारामती तालुक्यामध्ये १११ खेडी आहेत. तालुक्यात कऱ्हा आणि नीरा अशा दोन नद्या वाहतात. तालुक्याचे एकूण क्षेत्रफळ १,३८,२८४ हेक्टर आहे. २००१च्या शिरगणतीनुसार तालुक्याची लोकसंख्या ४,१३,२०२ होती. त्यात २,०२,२६९ स्त्रिया आणि २,१०,९३३ पुरुष होते.

एखाद्या भागातील शेतीचा विकास सिंचनासाठी पाण्याची उपलब्धता आणि जमिनीच्या गुणधर्मावर अवलंबून असतो. मातीच्या प्रकारानुसार तालुक्याचे मंडलनिहाय चार भागांमध्ये वर्गीकरण करता येईल.

- बारामती मंडलात काळी आणि मऊ खडकाळ जमीन असे स्वरूप आहे.
- सुपे मंडलामध्ये मऊ, दगडी, वालुकामय जमीन आहे.
- वडगाव मंडलामध्ये काळी, तांबडी आणि वालुकामय जमीन आहे.
- उंडवडी मंडलामध्ये वाळू, टेकाड जमीन आणि जांभा खडक (लॅटराईट) जमीन आहे.

१९६५ला सिंचनामध्ये सुधारणा

बारामती तालुक्यामध्ये पर्जन्यमान फारच अनियमित असून, वर्षाकाठी १० ते १२ इंच पाऊस पडतो. नीरा डावा कालवा १८७६ ते १८७७मध्ये बांधला गेला. दुष्काळाच्या पार्श्वभूमीवर भाटघर धरणाचे बांधकाम याच वेळी करण्यात आले. या दोन मुख्य व निश्चित अशी सोय उपलब्ध झाल्यामुळे ६५ गावांपैकी २२ गावांमध्ये बागायती पिके विशेषतः ऊस घेऊ लागली. त्यांतून गुऱ्हाळे

आणि नंतर साखर कारखान्यांची उभारणी झाली. त्यातून परिसरामध्ये आर्थिक समृद्धी आली.

मात्र अन्य ४३ गावांना लहरी पावसावर अवलंबून राहावे लागते. तिथे केवळ कोरडवाहू किंवा भूजलावर आधारित थोडीफार बागायती असेच स्वरूप राहिले आहे. एकूणच या भागामध्ये दुष्काळसदृश्य परिस्थिती तशीच राहिल्याचे म्हणावे लागते. त्यातच एखाद्या वर्षी पाऊस खूपच कमी झाला, तर येथील लोकांचे हाल विचारायला नको.

ही बाब लक्षात घेऊन १९६५मध्ये बारामतीतील दुष्काळी भागाची पाहणी केली. येथील सिंचनाच्या सुविधांमध्ये सुधारणा करण्याच्या उद्देशाने शरदचंद्र पवार यांनी तलावाच्या कामांना प्रारंभ केला.

कामाच्या मोबदल्यात धान्य

दुष्काळी स्थितीमध्ये अन्नधान्य मोफत देण्याची योजना होती. त्या ऐवजी 'कामाच्या मोबदल्यात धान्य द्या' अशी सन्मानजनक योजना पुढे आणली. कष्टाच्या बदल्यात अन्नधान्य मिळत असल्याने सामान्यातील सामान्य शेतकरीही यात हिरिरीने उतरले. या योजनेमुळे २९५ पाझर तलाव बांधले गेले. पावसाचे पाणी साठवण्याची सोय झाल्याने हजारो एकर जमिनीला शाश्वत पाण्याची उपलब्धता झाली. खऱ्या अर्थाने कृषिक्रांतीला सुरुवात झाली.

विभाग १

कृषी विकास प्रतिष्ठान
(ॲग्रिकल्चरल डेव्हलपमेंट ट्रस्ट)

महाराष्ट्रात १९६९मध्ये तीव्र दुष्काळ पडला होता. तत्कालीन मुख्यमंत्री वसंतराव नाईक यांनी 'दिसेल तिथले पाणी उचला आणि पिके वाचवा' असे आवाहन केले होते. स्वतः शरदचंद्र पवार हेही या दुष्काळाचे चटके सहन करणाऱ्यांना कसा आधार देता येईल, याचा गांभीर्याने विचार करत होते. पावसाचे पाणी अडवून जिरवण्याचे फारसे प्रयत्न झालेले नसल्याचे त्यांना प्रकर्षाने जाणवले. गावोगावी छोटे तलाव बांधण्याची गरज लक्षात घेऊन कामाला सुरुवात झाली. तलावांच्या कामासाठी पुणे शहरामधून अभियंते व तंत्रज्ञ आणण्यात आले.

दुष्काळग्रस्तांना 'कासा'ची मदत

कामांसाठी गावांतील लोकांना श्रमदानाचे आवाहन करण्यात आले. त्याचवेळी बारामती भागात दुष्काळग्रस्तांना मदत करण्यासाठी 'चर्चेस ऑक्झिलरी फॉर सोशल ॲक्शन' (कासा – Church's Auxiliary for Social Action CASA) या संस्थेच्या वतीने 'फूड फॉर हंगर' ही मिशनरी संस्था काम करत होती. त्यांच्या स्वयंसेवक म्हणून हेसेल स्क्युसेस आणि एडना वझ्झार या दोन महिला काम करत होत्या. त्या दुष्काळग्रस्तांना मोफत अन्नधान्य वाटत असल्यामुळे स्थानिक पातळीवर त्या अनुक्रमे 'ताईसाहेब' आणि 'माईसाहेब' म्हणून प्रसिद्ध होत्या.

अशा प्रकारे मोफत अन्नधान्य वाटप शरद पवारसाहेबांच्या बुद्धीला पटत नव्हते. गरजांच्या पूर्ततेसाठी मदत मिळणे, ही बाब वेगळी. पण काही काम न करता गरजांची पूर्तता होणे, हे वेगळे. या प्रकारांतून समाजाच्या सुस्ततेला खतपाणी मिळत असल्याचे त्यांचे मत होते. त्यातून समाजाचे दीर्घकालीन नुकसान होण्याचीच भीती त्यांना वाटत होती. म्हणून पवारसाहेबांनी 'फुड फॉर हंगर' आणि 'कासा' या संस्थांना कामाच्या मोबदल्यात अन्न स्वरूपात देता येईल का? अशी विचारणा केली.

दिल्ली येथील जागतिक अन्न संघटनेच्या कार्यालयातून या बदलाला नकार आला. त्यानंतर शरद पवारसाहेबांनी जागतिक अन्न संघटनेच्या रोम येथील मुख्य कार्यालयाला भेट देऊन आपली भूमिका पटवून दिली. अखेर दुष्काळ कायमस्वरूपी हटवण्यासाठी लोकांची मदत घेऊन तलावांची निर्मितीचे काम सुरू झाले.

'बारामती पॅटर्न' म्हणजे काय?

- भारताचे माजी पंतप्रधान मनमोहनसिंग म्हणतात, ''कृषीविषयक विकासाचा विलक्षण यशस्वी असा, 'बारामती पॅटर्न' आपल्या मतदारसंघात शरदजींनी घडवला आहे. ते विकासाचे एक 'रोल मॉडेल'च आहे. आपण भारताभर बारामतीच्या धर्तीवर विकास करू शकलो तर एक राष्ट्र म्हणून आपण उन्नतपणे जगभर निश्चितपणे वावरू शकू.''

- संपादक, लेखक डॉ. अरुण टिकेकर म्हणतात, ''विकासाच्या बारामती पॅटर्न'चे श्रेय शरदचंद्र पवार यांच्या नेतृत्वाला दिले जाते. ते केवळ विकासाचे प्रारूप प्रतिमानच नाही, तर सामाजिक अभिसरणाचा एक यशस्वी प्रयोग

आहे. एखाद्या दुष्काळप्रवण आणि दारिद्र्याने वेढलेल्या प्रदेशाचे रूपांतर आधुनिक अशा आर्थिक व कृषी घडामोडींनी गजबजलेल्या केंद्रात घडवून आणण्याचा उपक्रम म्हणजेच 'बारामतीचा 'पॅटर्न' आहे.

- भारताच्या हरितक्रांतीचे प्रणेते डॉ. एम. एस. स्वामीनाथन म्हणतात, ''शेती कशी सुधारावी, यावर भाषणे देण्यापेक्षा त्यांनी प्रत्यक्ष कृतीवर भर दिला आहे. बारामती हा खरे तर दुष्काळी भाग, पण तिथे शरद पवारसाहेबांच्या नेतृत्वाखाली सर्वसामान्यांनी केलेला विकास हा त्यांच्या कृतीतूनच बोलतो.''

- स्वतः शरदचंद्र पवार यांच्या मते, ''सर्व प्रकारच्या अडथळ्यांशी सामना करत प्रतिकूलतेस समोरासमोर भिडणे म्हणजे, 'बारामती पॅटर्न!' ''

- मी स्वतः अभ्यास करत होतो; त्यावेळी मला नेमके जाणवले म्हणजे, 'बारामती कृषी पॅटर्न' म्हणजे ग्रामीण विकासासाठी कृषी औद्योगिक, शैक्षणिक आणि सामाजिक परिवर्तनाचा आकृतीबंध होय. विकासासाठी लागणाऱ्या निविष्टा उपलब्ध करून देत सक्षम आणि कौशल्यपूर्ण पिढी निर्माण करणारा उत्कृष्ट आराखडा म्हणजे 'बारामती पॅटर्न!'

सत्तेचा उपयोग करून लोकांचा सहभाग मिळवून त्याचा उपयोग समाजाच्याच परिवर्तनासाठी आणि विकासासाठी कसा करावयाचा, याचा कृती कार्यक्रम म्हणजेच 'बारामती पॅटर्न' होय! त्यासाठी आवश्यक बाबी म्हणजेच 'शिक्षण, प्रशिक्षण, संशोधन आणि पाठपुरावा' यांमध्ये समन्वय साधण्यात आला.

बारामतीचे वार्षिक पर्जन्यमान अवघे ८ इंच आहे. जवळपास ७० टक्क्यांहून अधिक क्षेत्र अवर्षणग्रस्त असूनही या परिसरात आज १२ साखर कारखाने उभे आहेत. इथे उत्पादित होणारी द्राक्षे परदेशात निर्यात होतात. फळांपासून रसाची निर्मिती याच परिसरात होते. दूध आणि दुग्धजन्य पदार्थांमध्ये बारामतीने आघाडी घेतली आहे. 'पिझ्झा हट', 'मॅकडोनाल्ड्स' यांसारख्या महाकाय आंतरराष्ट्रीय कंपन्यांना येथील चीज पाठवले जाते. ते त्यांच्या देशभरातील साखळी दुकानांमध्ये विकले जाते. सर्व अडचणी, प्रतिकूलतेचा सामना करतच हे बारामतीकरांनी साध्य केले आहे. अन्य लोक त्यालाच कौतुकाने 'बारामती पॅटर्न' म्हणून संबोधतात.

'बारामती' विकासाचे उदाहरण

बारामती तालुक्यातील ४३ गावांमध्ये दुष्काळसदृश्य परिस्थिती होती आणि २२

गावे बागायती परिस्थितीत होती. संपूर्ण तालुका विकासाच्या प्रतिक्षेत होता. त्याला शरद पवारसाहेबांचे द्रष्टे नेतृत्व मिळाले. बारामतीचे नेतृत्व करतच त्यांना महाराष्ट्राचे चार वेळा मुख्यमंत्री, केंद्रीय संरक्षणमंत्री, केंद्रीय कृषिमंत्री अशी अभिमानास्पद पदेही मिळाली. या पदांनाही तितकाच न्याय देताना त्यांनी आपले बारामतीवरील लक्ष कधीही हटू दिले नाही. म्हणूनच, 'बारामती पॅटर्नची'ही व्याप्ती केवळ बारामतीपुरती राहिली नाही. तो एक विकासाचा 'दीपस्तंभ' बनला आहे.

कष्टाच्या बदल्यात मदत

बारामती पॅटर्नची वैशिष्ट्ये लक्षात घ्यावे लागतील. पाझर तलावांचे खोदकाम आणि बांधणीसारख्या मूलभूत पायाभूत सुविधांच्या उभारणीसाठी लोकांच्या श्रमांची मदत घेतली. त्या पूर्वी परदेशातून 'कासा' योजने अंतर्गत येणाऱ्या मोफत अन्नधान्य मदतीऐवजी कष्टाच्या बदल्यात मदत अशा संकल्पनेचा पाठपुरावा स्वतः शरदचंद्र पवार यांनी केला. त्यांच्या मते, ''मोफत काही देऊ नका. मासे मोफत देऊ नका, त्याच्या बदली मासे पकडण्याचे जाळे आणि त्याचे प्रशिक्षण द्या.'' त्यांची ही कल्पना 'कासा' योजनेमार्फत स्वीकारली गेल्यामुळे बारामतीच्या दुष्काळी भागात पायाभूत सुविधांची उभारणी शक्य झाली. त्याच्या शेतीच्या सिंचनाला फायदा झाल्याने लोकांच्या उत्पन्नात वाढ झाली. लोक सहभागातून शेतीला पुरेशा पाण्याची संजीवनी, हेच 'बारामती पॅटर्न'चे महत्त्वाचे वैशिष्ट्य मानले जाते.

८४ तालुके दुष्काळग्रस्त

शरदचंद्र पवार म्हणतात, ''शेतीचे प्रश्न शंभर तोंडी रावणाप्रमाणे आहेत. त्या सर्वांशी एकदम लढणे, हे तितकेशी सोपे काम नाही.'' महाराष्ट्रात पाण्याची उपलब्धता कमी आहे. राज्यात ८४ तालुके दुष्काळग्रस्त असून, १६८ तालुके अवर्षणप्रवण आहेत. या सर्व ठिकाणी मर्यादित पाण्याचा वापर चांगल्या पद्धतीने करण्याची आवश्यकता आहे. त्यासाठी पीक पद्धतीची आखणी करण्याची गरज आहे.

'कृषी विकास प्रतिष्ठान'ची स्थापना

एका बाजूला पाझर तलावांमुळे पाणी साठवण्याचे काम पूर्ण होत होते. त्याच वेळी दुसऱ्या बाजूला बारामती तालुक्यामध्ये फिरताना शरदचंद्र पवार यांना या

भागातील लोकांचा स्वभाव, स्थानिक परिस्थितीचे आकलनही झालेले होते. बारामती तालुका कृषिप्रधान आणि बहुतांशी दुष्काळी भाग आहे. मुळात पारंपरिक शेती करणारे शेतकरी. नव्या शेती पद्धती, नव्या वाटा न चोखाळण्यामागे होणारे संभाव्य नुकसानीचीच भीती त्यांच्या मनात असते. त्यांच्या मनातील ही भीती घालवण्यासाठी प्रयत्न करण्याची आवश्यकता त्यांना स्पष्टपणे दिसून आली.

शेतीचा विकास व नव्या सुधारणांची अमलबजावणी करायची असेल, तर त्याला संस्थात्मक पाठबळ देण्याची गरज असते. 'कृषी संशोधन' आणि विस्तारकार्य करण्याच्या हेतूने १९७०मध्ये 'कृषी विकास प्रतिष्ठान' (ॲग्रिकल्चर डेव्हलपमेंट ट्रस्ट) या संस्थेची स्थापना केली. हीच संस्था पुढे खऱ्या अर्थाने बारामतीच्या विकासाचे मूलभूत केंद्र ठरले. या संस्थेचे ब्रीदवाक्य आहे. *चरोति चराति भगः* याचा अर्थ — 'चालणाऱ्याचे भाग्य उजळते', त्यामागे चेअरमन म्हणून उभे होते, द्रष्टे, दूरदर्शी असे शरद पवारसाहेब! ते या संस्थेच्या कामांमध्ये सातत्याने कार्यरत होते. त्यानंतर डॉ. आप्पासाहेब पवार यांच्याकडे त्यांनी ही जबाबदारी सोपवली. डॉ. आप्पासाहेब पवार यांनी स्वतः इस्त्राईलला दोन वेळा भेट दिली. तिथे कमी पाण्यावर अगदी वाळवंटी किंवा दुष्काळी भागात प्रगत शेती कशी करतात, याचा अभ्यास केला. तोच प्रयोग बारामती येथे राबवण्याचा त्यांचा कायम प्रयत्न राहिला.

इस्त्राईलमध्ये पाण्याचे राष्ट्रीयीकरण

स्वतः शरदचंद्र पवार हे राज्यातील काही शेतकऱ्यांसोबत १९९३मध्ये इस्त्राईलला भेट दिली. तिथे भरलेल्या 'ॲग्रिटेक-९३' या आंतरराष्ट्रीय प्रदर्शनालाही त्यांनी भेट दिली. जगातील शेती व पूरक व्यवसाय कोणत्या दिशेने पुढे चालले आहेत, हे त्यांनी स्वतः पाहिले. त्या वेळी तेल अविव या इस्त्राईलच्या राजधानीमधील हॉटेलच्या सभागृहामध्ये महाराष्ट्रातील शेतकऱ्यांशी बोलताना मा. शरदचंद्र पवार यांनी इस्त्राईलच्या आर्थिक विकासाचे मूल्यमापन केले.

त्यावेळी त्यांनी व्यक्त केलेली मते अत्यंत महत्त्वाची ठरतात. ते म्हणाले, ''इस्त्राईलमध्ये पाण्याचे राष्ट्रीयीकरण केलेले आहे. पाणी पूर्णपणे राष्ट्राच्या मालकीचे आहे. कोणालाही कसेही पाणी वापरता येत नाही. कोणीही विहीर किंवा बोअरवेल खोदू शकत नाही. सरकार सर्व कामांसाठी मोजून पाणी देते. त्यापेक्षा अधिक पाणी वापरले तर अधिक दर आकारला जातो. लोकांना पिण्यासाठी जे पाणी पुरविले

जाते. तेच पाणी शेतीला व घरगुती कामासाठी वापरता येत नाही. प्रत्येक गोष्टींचे नळ स्वतंत्र असतात. शेतीला शक्यतो पुनर्वापर केलेले विशेषतः सांडपाण्यावर प्रक्रिया करून शुद्ध केलेले पाणी वापरले जाते. यासाठी मोठमोठे रिसायकलिंगचे प्रकल्प त्यांनी इस्राईलमध्ये उभे केले आहेत.

अमेरिकेतही पाण्याचा पुनर्वापर

अमेरिकेत तर पाण्यावर पुनर्वापरासाठी प्रक्रिया करणारे मोठे उद्योगच सध्या उभे राहिलेले आहेत. आपल्याला देखील पाण्यावर प्रक्रिया करून ते शुद्ध करणारे प्रकल्प लवकरच उभे करावे लागतील. २ ते २५ इंच अशी इस्राईलमधील पावसाची रेंज आहे. बऱ्याच भागात पाऊसही पडत नाही. ६० टक्के भाग वाळवंटी असूनही पाण्याचे उत्तम नियोजन केल्यामुळे हा देश हिरवागार आहे. संपूर्ण देशभर पाइपमधून पाणी खेळवले आहे. पिकांना पाणी देण्यासाठी ठिबक व तुषार सिंचनाचा वापर केला आहे. पाटातून प्रवाही पद्धतीने आपल्यासारखे ते पाणी सोडत नाहीत. थेट पिकांच्या मुळांनाच पाणी कसे मिळेल, पाण्याचा एक थेंबदेखील वाया जाणार नाही, याकडे त्यांचा कटाक्ष असतो. पाणी व्यवस्थापनाच्या या आधुनिक तंत्राचा वापर आपल्या शेतकऱ्यांना करायला लावण्याव्यतिरिक्त अन्य पर्याय नाही.

अर्थव्यवस्था बदलण्याची ताकद शेतीमध्ये

दुसऱ्या बाजूला शेतीतील मनुष्यबळ आणि त्याच्या दर्जाविषयी नेहमी शरदचंद्र पवार आपली मते मांडतात. त्यांच्या मते, 'भारताची अर्थव्यवस्था बदलण्याची ताकद शेतीमध्ये आहे. आजही ६० टक्के राष्ट्रीय उत्पन्न शेतीचे आहे. शेतीचा राष्ट्रीय उत्पन्नातील वाटा कमी होऊ लागला असला, तरी शेतीचे महत्त्व कधीही कमी होणार नाही. कारण दोन वेळच्या अन्नाची गरज हे केवळ शेती क्षेत्रच भागवू शकते. इतर क्षेत्रामध्ये ही ताकद नाही. मात्र आता शेतीमध्ये आधुनिक दृष्टिकोन स्वीकारण्याची गरज आहे. त्यासाठी शिकलेला व साक्षर माणूस शेती व्यवसायामध्ये आला पाहिजे.'

कृषी विकास प्रतिष्ठानच्या कामामध्ये यांनी 'सीइंग इज बिलिव्हिंग' (Seeing is believing) 'पाहणे आणि विश्वास ठेवणे' ही उक्ती प्रत्यक्षात आणली. ऐकलेल्या नावीन्यपूर्ण उपक्रमांवर किंवा प्रयोगांवर पारंपरिक शेतकरी तात्काळ विश्वास ठेवत

नाहीत. म्हणून प्रतिष्ठानच्या उद्दिष्ट्यांमध्येच त्यांनी तीन 'E'चा स्वीकार केला. शिक्षण (Education), प्रयोग (Experimentation) आणि विस्तार (Extension) या तीन तत्त्वांवर त्यांचा भर राहिला आहे. या तीन 'E'चा सर्वांगीण अविष्कार म्हणजे दरवर्षी भरवले जाणारे प्रतिष्ठानचे 'कृषी प्रदर्शन' होय.

शेतीची प्रयोगशाळा

कृषिरत्न (कै.) डॉ. आप्पासाहेब पवार यांनीही इस्त्राईलचा दोन वेळा अभ्यास दौरा केला. त्यांनीही तेथील विविध आधुनिक तंत्रे आत्मसात केली. संस्थेच्या माध्यमातून त्याचे प्रात्यक्षिक करून दाखविले. संस्थेची शेती, गोठा म्हणजे जणू शेतीची प्रयोगशाळाच! प्रारंभीच्या काळात ठिबक सिंचन, जर्सी गायी, दूध काढण्याचे यंत्र या सामान्य शेतकऱ्यांच्या दृष्टीने नवलाईच्या गोष्टी होत्या.

थेंब, थेंब पडणारे पाणी पाहून शेतकऱ्यांना प्रश्न पडत. शेतकरी म्हणत, 'ठिबक ठिबक पाण्याने संपूर्ण शिवाराला पाणी कसे मिळेल. तेवढ्या पाण्यावर पिके, झाडे कसे जगतील?' जर्सी गाय पाहून ते म्हणत, '१० ते १५ लिटर दूध काढताना माणसांचे हातांचे तुकडे पडतील?' त्यांना तोंडी उत्तरे देण्यापेक्षा प्रात्यक्षिकांतून उत्तर देणे कधीही चांगले आणि विश्वासार्ह होते. तेच मार्ग उपयोगी पडतात.

कृषी विज्ञान केंद्रामार्फत भविष्यात येणारी शेतीमधील जैवतंत्रज्ञान, जनुकीय शेतीचे ज्ञान, सेंद्रिय शेतीचे, विविध प्रयोग आणि शेताच्या धारण क्षेत्रानुसार निरनिराळे 'मॉडेल्स' उभी केली गेली आहेत. त्यात मातीविना शेती, शेतीमधील आधुनिक अवजारे, संगणक ॲप, वाहकाविना ट्रॅक्टर, ड्रोन, स्वयंचलित ठिबक सिंचन यांचा समावेश आहे. त्यातून निर्यातक्षम शेतीमाल, सकस अन्नधान्य उत्पादनाचे शिक्षण, प्रशिक्षण आणि प्रात्यक्षिक मांडण्यात आले आहे.

प्रात्यक्षिकांनी भरपूर अशी शेतीच, शेतकऱ्यांच्या घरापर्यंत, शेताच्या बांधापर्यंत आधुनिक शेतीतंत्र व ज्ञान पोहोचवण्याचे इंजिन ठरले आहे. त्यात संस्थेच्या 'कृषी विज्ञान केंद्र' आणि 'कृषी विकास प्रतिष्ठान'ने मोलाची कामगिरी बजावली आहे.

१९८५मध्ये स्व. पंतप्रधान राजीव गांधी यांनी बारामतीला भेट दिली होती. कृषी विकास प्रतिष्ठान पाहून ते चकित झाले. ते म्हणाले, ''असेच प्रतिष्ठान मला माझ्या मतदार संघात अमेठीला उभे करून द्या. त्यासाठी आप्पासाहेबांना काही दिवस अमेठीला पाठवा.''

विद्या प्रतिष्ठान : आधुनिक शिक्षणाची गंगोत्री

१९७२मध्ये शरदचंद्र पवार यांनी विद्या प्रतिष्ठानची स्थापना केली. ग्रामीण भागात आधुनिक शिक्षणाच्या सोयी, शेतकरी, भूमीहीन मुला- मुलींच्या शिक्षणाची सोय आणि सुविधा उपलब्ध करण्यासाठी विद्यानगरीमध्ये शैक्षणिक संकुल उभे केले. येथे आंतरराष्ट्रीय पातळीवरचे संशोधन व शिक्षणकेंद्र उभारण्यात आले. आसपासच्या खेड्यापाड्यांतील ज्या मुले-मुली बारामतीतील शाळा महाविद्यालयापर्यंत पोहोचू शकत नाहीत, त्यांच्यासाठी 'फिरती संगणक शिक्षण' गाडी सुरू केली. मोठ्या व्हॅनमध्ये काही अद्ययावत संगणक, उत्तम प्रशिक्षक गावागावांत जात.

२०१२मध्ये 'इंटेल' या जगप्रसिद्ध अमेरिकन कंपनीचे अध्यक्ष क्रेग बॅरेट विद्या प्रतिष्ठानला भेट देण्यास आले. त्यांना या संगणक प्रशिक्षण गाडीबद्दल माहिती देण्यात आली. तेव्हा त्यांनी या कार्यक्रमाला भेट देण्याचा निर्णय घेतला. मूल्यमापनासाठी त्यांनी अतिदुर्गम भागातील केवळ १५० लोकसंख्या असणाऱ्या 'लिमटेक' गावाची निवड केली. तिथे पोहोचल्यानंतर गावातील अनेक मुली संगणक व्हॅनभोवती गोळा झाल्या. क्रेग त्यांच्याशी अनौपचारिक गप्पा मारू लागले. त्यांनी सहज विचारले की आठवड्यातील कोणता दिवस आवडीचा आहे. त्यावर एक मुलगी म्हणाली, की ''मला गुरुवार फार आवडतो.'' अगदी रोज गुरुवार असावा इतका! त्याचे खोदून कारण विचारल्यानंतर कळले की, या गावामध्ये गुरुवारी संगणक प्रशिक्षण गाडी जात असते. संगणक शिक्षण आणि हाताळणीचा आनंद आपल्या रोज मिळावा, अशी तिची निरागस इच्छा होती.

तिच्या उत्तराने प्रसन्न झालेल्या बॅरेट यांनी तिला आपल्याकडील एक लॅपटॉप भेट दिला. संगणक प्रशिक्षणाचे तळागाळापर्यंत पोहोचणारे काम प्रत्यक्ष पाहिल्यानंतर या कामांचा वेग वाढावा, या उद्देशाने बॅरेट यांनी 'इंटेल' कंपनीतर्फे संगणक असणाऱ्या ३५ बसेस विद्या प्रतिष्ठानला भेट दिल्या. या बसेसचा वापर पुणे जिल्ह्यातील खेड्यापाड्यांसोबत हरियाना, आंध्र प्रदेश, केरळ, झारखंड अशा अनेक राज्यांतील ग्रामीण भागातील संगणक प्रशिक्षण देण्यासाठी केला गेला. त्यासाठी नाममात्र शुल्क प्रति दिन एक रुपया इतकेच घेतले जाते. बारामतीतील विकासाचा पॅटर्न देशभरातील अनेक राज्यांपर्यंत पोहोचण्यास हा कार्यक्रम अत्यंत महत्त्वाचा ठरल्याचे सांगितले. राजकारणाविरहित विकासातूनच आमूलाग्र बदल घडवणे शक्य आहे.

शैक्षणिक संकुलांची उभारणी

विद्यानगरीच्या कॅम्पसमध्ये सोळा हजार विद्यार्थी, तर शारदानगरमध्ये आठ हजार मुली कोणत्याही प्रवेश देणगी शिवाय शिकत आहेत. विद्या प्रतिष्ठान आणि ट्रस्टमार्फत माळेगांव, सोमेश्वर आणि इंदापूर या ठिकाणी शैक्षणिक संकुले उभी राहिली आहेत. कला, विज्ञान व वाणिज्य यांबरोबरच आयटी, कायदा, अभियंत्रिकी, कृषी अशा विषयांतील शिक्षण दिले जाते. बायोटेक्नॉलॉजीचे महाविद्यालय गुणवत्तेच्या बाबतीत देशात नावाजलेले आहे. सामान्य मुलेही सीबीएसई, आयसीएसई अभ्यासक्रमातून शिकू शकत आहेत.

शाळा, महाविद्यालय व स्त्री शिक्षण

विद्यार्थ्यांच्या इंग्रजी शिक्षणावर भर दिला जातो. त्यासाठी १९७३मध्ये इंग्रजी माध्यमाची सोय सुरू केली. बाल विकास मंदिर ते दहावीपर्यंतची शाळा सुरू केली.२००२पासून याच शाळेत सेमी इंग्लिश पॅटर्न सुरू केला. बारामतीच्या भिगवण चौकात विद्या प्रतिष्ठानचे इंग्लिश मिडियम स्कूल २०००मध्ये सुरू करण्यात आले.

'व्हीसीओई' विद्यार्थी केंद्राचे कॉलेज पुणे विद्यापीठाशी संलग्न असून २०००मध्ये 'आयएसओ २००१' गुणवत्ता प्राप्त केले आहे. १९९९मध्ये उपमुख्यमंत्री अजितदादा पवार यांनी प्रतिष्ठानमार्फत सुरू केलेल्या लॉ कॉलेजवर आपले लक्ष केंद्रित केले. हे कॉलेज पुणे विद्यापीठाशी संलग्न आहे. मगरपट्टा सिटी प्रतिष्ठानच्या अध्यापक विद्यालय सुरू करण्यात आले. २००४मध्ये विद्या प्रतिष्ठानच्या वतीने पिंपळी येथे न्यू बाल विकास मंदिर सुरू करण्यात आले. बारामतीमध्ये ग्रामीण स्त्री शिक्षणासह त्यांच्या सर्वांगीण व्यक्तिमत्त्व विकासासाठी व्यापक उपक्रम राबवले जातात.

कुपोषणावर रामबाण उपाय

बाल-कुपोषणावर रामबाण उपाय म्हणून बारामतीमधील शाळकरी मुलांना माध्यान्ह जेवणाच्या वेळी उकडलेली अंडी आणि दूध देण्याचा उपक्रम सुरू केला गेला. पुढे हीच योजना केरळ सरकारनेही राबवली. नंतर तिचा अन्य काही राज्यांमध्येही प्रसार झाला.

'कृषी' अग्रणी क्षेत्र

इंग्लंडमध्ये औद्योगिक क्रांती होत असताना औद्योगिकीकरणाला अथवा उद्योगधंद्याच्या विकासाला चालना देणारे आर्थिक विकासाचे अनेक मॉडेल्स, पॅटर्नस अथवा प्रारूप सनातनी आणि नंतरच्या अर्थशास्त्रज्ञांनी मांडले. त्यांनी लिडिंग सेक्टर (अग्रणी क्षेत्र) अथवा प्रधान क्षेत्र म्हणून उद्योगांना आपल्या सिद्धांतामध्ये प्राधान्य दिले. प्रा. डब्ल्यू. डब्ल्यू. रोस्टो आपल्या आर्थिक विकासाचे टप्पे अथवा अवस्थांमध्ये उद्योगधंद्यांचा विकास म्हणजे 'अग्रणी क्षेत्र' (लीडिंग सेक्टर)चा विकास. अग्रणी क्षेत्र म्हणजे असे क्षेत्र की, ज्याच्या विकासाचा दर अन्य उद्योगांच्या तुलनेत अधिक असतो. म्हणून अशा उद्योगांना प्राधान्य देऊन त्यांच्या विकासावर आणि विस्तारावर भर दिला जातो. यातून काही उद्योग हे एकूण अर्थव्यवस्थेच्या विकासाचे नेतृत्व करतात.

प्रा. केर्नक्रॉस यांनी या अग्रणी क्षेत्राच्या धोरणावर टीका करताना म्हटले होते की, केवळ उद्योगधंदे म्हणजे अग्रणी क्षेत्र नव्हे, तर शेतीक्षेत्र, कृषिक्षेत्र हेही अग्रणी क्षेत्र होऊ शकते. शेती हा भारतीय अर्थव्यवस्थेचा कणा आहे. हा कणा मजबूत करावयाचा असेल तर त्याला शेतीपूरक, जोडधंदे आणि शेतमालावर प्रक्रिया करणारे उद्योगधंदे यांची जोड द्यावी लागेल. आणि हेच कार्य 'बारामती पॅटर्न'मध्ये केले जात आहे.

सुप्रसिद्ध अर्थशास्त्रज्ञ हर्शमन यांच्या मते कृषिक्षेत्रामध्ये दोन जोडणी परिणाम दिसून येतात.

- **पुरोगामी जोडणी परिणाम :** पुरोगामी जोडणी फॉरवर्ड लिंकेजमध्ये केल्या गेलेल्या गुंतवणुकीमुळे उत्पादनाच्या प्रक्रियेला चालना मिळते. उदाहरणार्थ दूधापासून वेगवेगळे मूल्यवर्धित पदार्थ तयार करणारे हलवाई. पेढे, बर्फी, लस्सी, चीज, श्रीखंड इत्यादी दुधावरील प्रकियेच्या माध्यमातून अनेक उद्योगधंद्यांना चालना मिळते. त्यातून रोजगार निर्मिती आणि आर्थिक स्थैर्य निर्माण होते.

- **प्रतिगामी जोडणी परिणाम :** प्रतिगामी जोडणी बॅकवर्ड लिंकेज उद्योग म्हणजे एकाद्या मुख्य उत्पादनाच्या पूर्वीचे विविध भागांच्या निर्मितीचे छोटे छोटे वर्कशॉप्स! उदा. मुख्य ट्रॅक्टर निर्मितीच्या उद्योगापूर्वी त्यासाठी आवश्यक वेगवेगळे अंतर्गत भागांच्या (स्पेअर पार्ट) उत्पादनाचे उद्योग तयार होणे.

कृषी औद्योगिक क्रांतीचा विचार

आधुनिक महाराष्ट्राचे शिल्पकार यशवंतराव चव्हाण यांनी कृषी औद्योगिक क्रांतीचा विचार महाराष्ट्राला दिला. त्यात केवळ औद्योगिकच नव्हे, तर सहकाराचाही विचार गुंफला गेला. या विचारातून ग्रामीण भागात सहकारी साखर कारखानदारी उभी राहिली. ती महाराष्ट्राच्या प्रगतीचा कणा ठरली. अन्य उद्योगामध्ये खासगी गुंतवणूक मोठ्या प्रमाणात येत असली तरी ती शेतीमध्ये तितक्या प्रमाणात येत नसल्याच्या पार्श्वभूमीवर हे 'मॉडेल' चांगले उपयोगी ठरते.

महाराष्ट्रामध्ये अन्य क्षेत्रांमध्ये औद्योगिकविकास मोठ्या प्रमाणात झाला. त्या मागे देशी-परदेशी गुंतवणुकीला चालना मिळेल, असे वातावरण निर्माण करण्यामध्ये महाराष्ट्रांच्या विविध राज्यकर्त्यांचा मोलाचा वाटा राहिला आहे. त्यात चार वेळा मुख्यमंत्री राहिलेल्या शरदचंद्र पवार यांच्या दूरदृष्टी आणि प्रगतीला दिशा देण्याच्या हातोटीचा महत्त्वाचा वाटा होता. त्यांचा मुख्य रोख उद्योगधंद्याचे विकेंद्रीकरण होता.

'पिइझ्झा हट' व 'मॅकडोनाल्ड्स' यांना चीजचा पुरवठा

बारामती विकासाच्या प्रक्रियेमध्ये कृषी औद्यागिक समाज निर्मितीचा विचार पुढे नेलेला दिसतो. त्याच वेळी विद्या प्रतिष्ठानच्या माध्यमातून ज्ञानाधारित समाज निर्मितीची जोड देण्यात आली. आज बारामतीमध्ये 'श्रेबर डायनामिक्स डेअरी प्रा. लि.', 'फरेरो रोचर' चॉकलेट्स तयार करणाऱ्या कंपनी कार्यरत आहेत. कापसाचे धागे, रेशमी धागे निर्माण करून त्यापासून कापड निर्मितीसाठी 'टेक्स्टाईल पार्क' उभे केले आहे.

द्राक्षावर प्रकिया करणारे केंद्र म्हणून 'फोर सीझन्स वायनरी' सुरू केली आहे. फळ प्रकियाउद्योगातून निर्माण होणारा फळांचा रस देशाच्या कानाकोपऱ्यांत पोहोचला आहे. आज 'पिइझ्झा हट', 'मॅकडोनाल्ड्स' यांसारख्या आंतरराष्ट्रीय अन्न निर्मिती कंपन्यांना लागणारे दैनंदिन 'चीज' बारामतीमधून जाते. पशुखाद्य निर्मितीमध्ये बारामतीचा स्वतःचा ब्रॅंड तयार झाला आहे. अशा विविध उद्योगांमुळे मोठ्या प्रमाणात रोजगार उपलब्ध झाला आहे. शहराकडे रोजगारीसाठी होणारे लोकांचे स्थलांतर बऱ्याच अंशी कमी किंवा थांबले आहे.

फळबाग क्रांतीचे जनक

या उद्योगधंद्याच्या विविधतेसोबतच शेतीच्या विविधते संदर्भात तीस वर्षांपूर्वीपासून काम सुरू केले होते. १९७०च्या दशकाच्या सुरुवातीलाच हा विचार मांडून त्याप्रमाणे कामाला सुरुवात करण्यामध्ये त्यांचे द्रष्टेपण दिसून येते. कोरडवाहू भागासाठी वरदान ठरलेली फळबाग लागवड योजना महाराष्ट्रात यशस्वी झालेली दिसते. त्यातून भाज्या आणि फळांच्या बाबत राज्य आघाडीवर नेण्यात शरदचंद्र पवार यांच मोलाचा वाटा आहे. त्या अर्थने विचार केला असता त्यांना खऱ्या अर्थने महाराष्ट्राच्या 'फळबाग क्रांतीचा जनक' म्हणावे लागेल.

एका बाजूला शेती उत्पादनात वाढ करणे, शेतीमालावर प्रक्रिया करणे आणि दुधासारख्या पूरक व्यवसायामध्ये केवळ दूध उत्पादनावर न थांबता पुढील प्रक्रियेलाही चालना देत आपल्या शेतकऱ्यांना आर्थिकदृष्ट्या समृद्ध करण्यातही त्यांचा मोलाचा वाटा आहे. यावर वर साध्या दिसणाऱ्या बाबींमधून शेतकऱ्यांच्या हातात, घरात पैसा खेळू शकतो, हे त्यांनी बारामतीच्या माध्यमातून संपूर्ण महाराष्ट्राला दाखवून दिले आहे,' असे मत डॉ. एम. एस. स्वामीनाथन यांनी व्यक्त केले आहे.

खेड्यातून रोजगारासाठी मुंबईत गेलेल्या कामगारांच्या गावाच्या नावाने चाळी तयार झाल्याचे दिसून येते. उदाहरण सलामवाडी चाळ, सामानगड चाळ. परंतु, बारामती चाळ तुम्हाला कोठेही दिसणार नाही. कारण तितक्या प्रमाणात स्थलांतर झालेच नाही. 'उलट आपण ज्या गावात जन्मलो, त्यालाच स्वर्ग बनवा,' हा संदेश बारामती भागातील अनेक खेडी आपल्याला देत आहेत. 'खेड्याकडे चला' महात्मा गांधीजींचा संदेश प्रत्यक्षात उतरविणारा हा 'बारामती पॅटर्न' बापूजींचे स्वप्न साकार करत आहे.

महिलांचे आर्थिक सक्षमीकरण

जगातील बहुतांश समाज व्यवस्थांमध्ये महिलांचे स्थान हे नेहमीच खूप खालचे राहिले आहे. एकूणच भारतीय स्त्रियांची असहाय्यता आणि त्यांतून होणारे त्यांचे शोषण सर्वज्ञात आहे. कष्ट करूनही त्यांचे मोजमापही अर्थव्यवस्थेत कधी होताना दिसत नाही. बारामती विभागामध्ये महिला केंद्रित धोरणांना महत्त्व देण्यात आले आहे. कारण आज एकूण लोकसंख्येच्या ५० टक्के इतक्या मोठ्या प्रमाणात

महिला आहेत. त्यांना कार्यक्षम करून विकास कार्यामध्ये त्यांचा वापर करून घेण्यात भारतीय समाज आणि व्यवस्था कमी पडली, तर त्याचे अनिष्ट परिणाम झाल्याशिवाय राहणार नाही. म्हणून शरदचंद्र पवार यांनी राजकीय व सामाजिक क्षेत्रातील स्थानिक संस्थांमध्ये ३० टक्के आरक्षण महिलांसाठी कायदा करून दिले. ही अभिमानाची गोष्ट आहे.

स्थानिक पातळीवर का होईना, पण महिलांना राजकीय अधिकार देण्याचे हे देशातील पहिलेच उदाहरण ठरते. आता केंद्राने त्याच धर्तीवर महिलांसाठी संसदेमध्ये राजकीय आरक्षणाचे धोरण आणले असले तरी ते प्रत्यक्षात येण्यासाठी बराच काळ जावा लागणार आहे. राजकीय सक्षमीकरणासोबत महिलांचे आर्थिक सक्षमीकरणही तितकेच महत्त्वाचे आहे.

त्यासाठी दुध व्यवसाय, कुक्कुटपालन, शेळीपालन अशा व्यवसायांबरोबरच रेशीम उद्योग, बचत गट, सेवा क्षेत्रातील अनेक क्षेत्रे खुली करण्याचा प्रयत्न त्यांनी केला आहे. आज नर्सिंग ते ड्रायव्हिंग इतक्या विविध व्यवसायांमध्ये स्त्रियांनी आपली उपयुक्तता आणि कार्यक्षमता सिद्ध केली आहे. संगणक, बँकिंग या क्षेत्रांमध्ये त्यांची कार्यक्षमता आणि नियमितपणा वाखाणण्याजोगा असतो.

स्त्रिया जन्मतःच उत्तम व्यवस्थापक असल्यामुळे काटकसर, वेळेत काम करण्याची अंगभूत सवय अशा गुणांमुळे स्त्रिया खऱ्या अर्थाने कुटुंबाचा आधारस्तंभ म्हणून भूमिका बजावत आहेत. डेअरीतून निघणारे आठवड्याचे दुधाचे बिल स्त्रियांच्या हाती देण्याचा उपक्रम पहिल्यांदाच बारामती विभागातच व्यापक प्रमाणावर राबवला गेला.

बचत गटांचे ब्रँड

दारूच्या व्यसनाला रोखण्यासाठी महिला स्वतःच उभ्या राहिल्यामुळे खेड्यापाड्यांतून उभ्या बाटल्या आडव्या होत गेल्या. बचत गटाच्या उपक्रमाने तर अनेक स्त्री उद्योजकांना जन्म दिला आहे. हे बचत गट शेतीमालावरील प्रक्रियेमध्ये कार्यरत असल्याने शेतीमालाची मूल्यवर्धन साखळी उभी राहिली आहे. बचत गटांचे स्वतःचे 'ब्रँड'तयार झाले आहेत. काही महिलांचे गट तर केवळ स्थानिक पातळीवर राहण्यात समाधानी नाहीत, त्यांना आता परदेशांची बाजारपेठ खुणावू लागली आहे. त्यांच्या यशोगाथा अन्य महिलांसाठी प्रेरणादायक ठरत आहेत.

निर्यात व्यापार : विकासाचे इंजिन

आंतरराष्ट्रीय व्यापाराला 'विकासाचे इंजिन' संबोधले जाते. देशाला पुरेल इतक्या अन्नधान्यांचे उत्पादन करणे, म्हणजे अन्नसुरक्षा सुरक्षित करणे. एकेकाळी अन्नधान्यासाठीही आयातीवर अवलंबून राहण्याची वेळ भारतासारख्या प्रचंड लोकसंख्या असलेल्या देशांवर आली होती. त्या तुलनेत शेतीमालाचे भरघोस उत्पादन घेण्यासाठी संशोधन, विकासासोबतच शेतकऱ्यांना धोरणांच्या माध्यमातून सातत्याने प्रोत्साहन देण्याचे काम करण्याची आवश्यकता होती. हरितक्रांतीतून अन्नधान्यांच्या उत्पादनामध्ये स्वयंपूर्णता गाठण्यात देशाला यश आले. त्यानंतर त्याही पुढे जात शेतीमालाचा दर्जा सांभाळून त्याची निर्यात अन्य देशांना करण्यासाठी प्रयत्न सुरू झाले. त्याचा सूत्रबद्ध कार्यक्रम राबवला गेला. त्यात शरदचंद्र पवार यांच्या नेतृत्वाखाली बारामती विभागही उतरला.

बारामतीसाठी तयार केलेला खास सूत्रबद्ध कार्यक्रम राबवण्यात आला. त्यातून शेतीमालाच्या उत्पादनासोबतच त्याच्या दर्जालाही तितकेच महत्त्व देण्यात आले. देशातील व स्थानिक बाजारपेठाही महत्त्वाच्या आहेतच, परंतु, त्याचबरोबर विदेशी बाजारपेठाही काबीज करण्यासाठी प्रोत्साहन देण्यात आले. त्यातून देशाला परकीय चलनही प्राप्त होत असल्याने जागतिक बाजारपेठेमध्ये देशाला एक प्रकारची स्थैर्यता मिळते.

बारामती कृषी उत्पन्न बाजार समिती

शेतकऱ्यांनाही स्थानिक बाजारपेठेच्या तुलनेमध्ये अधिक उत्पन्न मिळण्याची संधी निर्माण होतात. त्यामुळे कोणत्याही देशातून किंवा प्रदेशातून होणारी निर्यात महत्त्वाची मानली जाते. मात्र, त्यासाठी पायाभूत सुविधांची उभारणी करण्याची आवश्यकता असते. ते काम बारामती विभागामध्ये शेतीमालाच्या उत्पादनासाठी करण्यात आले. त्यासाठी बारामती कृषी उत्पन्न बाजार समितीने पुढाकार घेतला आहे.

जलद व सुरक्षित वाहतूक यंत्रणा उभी करणे, शेतमालाची गुणवता, रेसिड्यू फ्री शेतीमालाची निर्मिती, प्रतवारी आणि गुणवत्तेसाठी वर्गीकरण करणे, आकर्षक पॅकिंग करणे, साठवणीसाठी शीतगृहाची उपलब्धता, मूल्य संवर्धनासाठी विक्री साखळी निर्माण करणे, अशा अनेक गोष्टींचा समावेश करण्यात आला. त्यामुळे या विभागांमध्ये अनेक सक्षम शेतकऱ्यांनी आपला स्वतःचा ब्रँड तयार केला

आहे. ज्यांना एकट्याला कोणत्याही कारणामुळे शक्य नाही, असे शेतकरी मग शेतकरी उत्पादक कंपनी, गटशेती, समूह शेतीच्या माध्यमातूनही निर्यात व्यापार करत आहेत. अशा रितीने शाश्वत शेतीचा पाया घालण्याचे द्रष्टेपण बारामती कृषी पॅटर्नने दाखवून दिले आहे.

सकारात्मक राजकारण, सकारात्मक जनादेश

समाज परिवर्तनासाठी राजकीय सत्तेची नितांत गरज असते. बारामतीमध्ये शरदचंद्र पवार यांच्या मातोश्री शारदाबाई पवार या लोकल बोर्डावर निवडून आल्या होत्या. तेव्हा रुजलेला अंकुर पुढे रोपट्यात आणि आज वडाच्या महाकाय वृक्षामध्ये रूपांतरित झाल्याचे दिसते. या आधारवडाची मुळे समाजमनांना भेदून तळागाळापर्यंत पोहोचली आहेत. या आधारवडाच्या असंख्य फांद्यांवर वेगवेगळे अगणित पक्षी विसावा घेत आहेत. आज हा आधारवड बारामती विभागापुरता मर्यादित राहिलेला नाही, एवढे मात्र खरे.

शरदचंद्र पवार हे महाराष्ट्राच्या विधानसभेवर आमदार म्हणून १९६७मध्ये निवडून आले. त्यानंतर आजतागायत सत्तेच्या रूपाने बारामतीकरांनी शरदचंद्र पवार यांच्यावर विश्वास ठेवला आहे. त्यांच्या मते, 'सामान्य कार्यकर्ता हा पक्षाचा पाया असतो. त्यांच्या साह्याने सर्व सामान्य लोकांच्या मिळालेला हा सार्वजनिक जनाधार आणि त्यातून मिळालेली सत्ता ही लोकांच्या कल्याणासाठी राबवायची असते.'

याच दृष्टीने शरदचंद्र पवार कायम कार्यरत राहिले आहेत. त्यांची महाराष्ट्राच्या मंत्रिमंडळात वर्णी लागल्यापासून पुढे राज्यातील सर्वोच्च असे मुख्यमंत्री पद मिळाले. पुढे ते काही काळ पक्षांतर्गत पंतप्रधान पदाच्या स्पर्धेतही होती. नंतर केंद्रीय मंत्रिमंडळात संरक्षण मंत्री, कृषी व अन्नप्रकिया उद्योग मंत्री असा त्यांचा चढता राजकीय आलेख दिसून येतो.

राज्य किंवा देशातील विविध जबाबदाऱ्या आपल्या खांद्यावर पेलत असताना त्यांना घरातील अनेक व्यक्तींची साथ लाभलेली आहे. कृषिरत्न, डॉ. आप्पासाहेब पवार यांची साथ आणि अजितदादा पवार यांचा आमदार ते उपमुख्यमंत्री पदापर्यंतची राजकीय घोडदौड, कृषिरत्न राजेंद्र पवार आणि नंदाताई पवारांचे प्रशासकीय कौशल्य महत्त्वाचे ठरत आहे. शदर पवार यांच्या कन्या बारामतीच्या

खासदार, संसदरत्न सुप्रियाताई सुळे यांचा तळागाळातील स्त्रीशक्तीशी असलेला संपर्क महत्त्वाचा ठरत आहे. पवार घराण्यातील तरुण आमदार रोहित पवार यांनीही ही परंपरा पुढे नेण्याचे काम केले आहे.

यात बारामतीतील शेती आणि संबंधित कामांसाठी आप्पासाहेब पवार आणि त्यांचे चिरंजीव राजेंद्र पवार हा 'मणिकांचन योग' अत्यंत महत्त्वाचा ठरलेला आहे. यातील प्रत्येकाने राजकीय आणि सामाजिक पातळीवर आपल्या परीने विविध धोरणांची प्रभावी अंमलबजावणी केली आहे. त्यासोबतच बारामतीमध्ये अनेक नावीन्यपूर्ण कार्यक्रमांची भर घालण्यात आली.

विविध स्तरांवर सर्व संस्थांमध्ये प्रशासनाचे जाळे विणलेले आहे. त्या संस्थांवर व्यक्तिगत देखरेख करतानाच आवश्यक त्या वेळी प्रगतीचा आढावा घेत असतात. सक्षम आणि प्रभावी यंत्रणेमुळे संपूर्ण भागाचा कायापालट होत आहे.

बारामती विभागासाठी विविध प्रकल्प

दिल्लीत असो की, राज्यात, वरिष्ठ पातळीवर पवार कार्यरत असले तरी त्यांचे लक्ष नेहमीच बारामतीच्या विकासावर होते. भविष्याचा वेध घेत रचनात्मक कार्यक्रमांची प्रशासकीय आखणी करून वेगवेगळे दर्जेदार उपक्रम आणि प्रकल्प बारामती विभागासाठी आणत असतात. राज्य पातळीवरून अजितदादा पवार हे शासकीय धोरणांची अंमलबजावणी करतानाच प्रकल्प यशस्वी करण्यासाठी प्रयत्नशील असतात. या सर्व प्रक्रियेमध्ये राजकीय निवडणुकीमध्ये आपल्या नेत्यांची साथ देणाऱ्या येथील जनतेचेही कौतुक करायलाच पाहिजे. कारण निवडणूक म्हणजे केवळ नेत्याची परीक्षा असते असे नाही, तर ती तितकीच जनतेचीही परीक्षा असते. पण आजवर येथील सुजाण जनतेने मतपेटीतून आपली कृतज्ञता, निष्ठा व्यक्त केल्याचे दिसून येते. असे दृश्य इतरत्र क्वचितच पाहवयास मिळते.

संस्कार आणि मानवी मूल्यांचे संवर्धन

बारामती विभागातील कार्यरत विविध संस्थामध्ये विकासमूल्य, सहकार मूल्य, लोकसेवेचे योगदान मूल्यांचे जतन आणि संवर्धन करण्यात यश आल्याचे दिसते. कोणत्याही विभागामध्ये खासगी, सहकारी आणि स्वयंसेवी संस्था यांच्यामध्ये निकोप स्पर्धा असल्यास त्याचा फायदा सर्वांना होतो. संस्थेचे नफा वाटप,

संस्थेची बिनविरोध निवडणूक, पदाधिकारांच्या वाढदिवशी वृक्षारोपण, कन्या रत्नाच्या नावाने ठेवली जाणारी ठेव, या उपक्रमांतून आधुनिक मूल्ये निर्माण केली. संस्थांच्या माध्यमातून सामाजिक बांधिलकी जपली जात आहे.

आपल्या विभागातील गावपातळीवर सर्वशिक्षा अभिमान, स्वच्छता अभियान, तंटामुक्ती अभियान, हागणदारीमुक्त गाव अभियान, व्यसनमुक्ती अभियान, बालिका जननी सुरक्षा अभियान, स्त्री-भ्रूणहत्या विरोधी अभियान असे उपक्रम राबवले जात आहेत. त्यातून जाणीव जागृती, सामुदायिक सहभाग आणि समाजाला मिळणारा सकारात्मक प्रतिसाद यामतून हे उपक्रम यशाची एकेक पायरी चढत आहेत. त्यातूनच बारामतीची ओळख निर्माण होत गेली आहे. आधुनिक आर्थिक विकासासोबतच सकारात्मक आधुनिक मूल्यांची पेरणी या दोन्हींचा समन्वय साधणारी पिढी हे बारामती पॅटर्नचे वेगळेपण मानावे लागेल.

संशोधन आणि प्रात्यक्षिकांमध्ये समन्वय

कोणत्याही देशाच्या प्रगतीचा आत्मा 'संशोधन' हाच आहे. ग्रामीण भागाच्या विकासासाठी कृषिक्षेत्र हे अत्यंत महत्त्वाचे क्षेत्र आहे. जगातील सर्व देश कृषी क्षेत्रातील संशोधनावर भर देत आहेत. भारतामध्ये विविध संशोधन संस्था आणि कृषी विद्यापीठे संशोधनाच्या विकासासाठी कार्यरत आहे. २००४ ते २०१४ या दहा वर्षांच्या काळात देशाचे कृषिमंत्री पद भूषवण्याची संधी शदर पवार यांना मिळाली. भारतीय कृषी संशोधन परिषदेमध्ये त्याकाळात आवश्यक त्या मूलभूत सुधारणांवर त्यांनी भर दिला. त्यातून कृषी क्षेत्रामध्ये नवीन तंत्रज्ञानाचा विकास मोठ्या प्रमाणात होण्यास मदत झाली. संगणक क्षेत्रामध्येही अशाच प्रकारे नवनवीन तंत्रज्ञान येत आहे.

आर्थिक विकासाची गुरुकिल्ली

या नवीन तंत्रज्ञानाचे शिक्षण आणि प्रशिक्षण घेऊन त्याचे प्रात्यक्षिक मानवी जीवनात आणणे म्हणजे आर्थिक विकासाची गुरुकिल्ली होय. हेच नव्याने उपलब्ध होऊ लागलेले संशोधन आणि तंत्रज्ञान त्वरित ग्रामीण भागापर्यंत पोहोचवण्याचीही आवश्यकता शरदचंद्र पवार यांच्या लक्षात आली.

त्यांनी बारामतीतील विद्या प्रतिष्ठान आणि कृषी विकास प्रतिष्ठानमध्ये तो

रुजवण्याचा प्रयत्न केला. त्यासाठी आंतरराष्ट्रीय पातळीवर काम करण्याची संधी 'आयसीएआर' अंतर्गत ८० स्वयंसेवी संस्थांना स्वतंत्रपणे दिली. त्यातून संशोधनाचा पाया भक्कम होण्यास मदत झाली. 'आयसीएआर' अंतर्गत येणाऱ्या सर्व संस्थामध्ये शास्त्रज्ञांची भरती करण्यास प्राधान्य दिले. यातून केवळ बारामतीच नव्हे, तर देशभरातील विविध ठिकाणी असलेल्या संस्था कार्यक्षम झाल्या. त्या त्या परिसरातील ज्ञानाधिष्ठित आणि संस्कारक्षम होत असलेल्या मुलामुलींना याचा फायदा झाला.

या संदर्भात डॉ. बाळासाहेब सावंत कोकण कृषी विद्यापीठाचे माजी कुलगुरू डॉ. शंकरराव मगर म्हणतात, ''पवारसाहेबांचा कृषी विकासासंबंधीचा निश्चित सिद्धान्त आहे. शिक्षण, ज्ञान आणि संशोधनास पायाभूत प्रथम दर्जा दिला पाहिजे असे ते स्वत: मानतात. त्यांच्या कार्यालयात आणि घरीही महत्त्वाच्या राजकारणी व्यक्तीसारखाच सन्मान शास्त्रज्ञास आणि तंत्रज्ञानाप्रति असतो.''

'कृषिक' कृषी प्रदर्शन

या सर्व धोरणांमुळे बारामतीसारख्या ग्रामीण परिसरातही वेगवेगळे आधुनिक तंत्रज्ञान रुजण्यास मदत झाली. ग्रामीण परिसरामध्ये कोणती तंत्रज्ञाने रुजली, याची यादी संपता संपत नाही. अगदी संगणक शास्त्र ते जैवतंत्रज्ञान, माती व पाणी परीक्षण, पीक उत्पादनातील विविध तंत्रे, ठिबकची जोड ओळपद्धती, हायटेक नर्सरी, मातीची आरोग्य पत्रिका, शारदा कर्ब, बीएएफ (BAF) तंत्र, निर्यातक्षम फळे-भाजीपाला उत्पादन, दुग्धजन्य पदार्थांचे उत्पादन या सोबतच आदर्श कृषी फार्म, इको व्हिलेज, कृषी पर्यटन यांसारखे नावीन्यपूर्ण प्रयोग सामान्य शेतकऱ्यांच्या शेतामध्ये उभे राहिल्याचे दिसते. त्यातून हे तंत्रज्ञान किती खालपर्यंत रुजले आहे, याचा अंदाज आपल्याला येऊ शकतो. तंत्रज्ञान इतक्या खालपर्यंत रुजण्यामध्ये आणखी एक बाब महत्त्वाची ठरली, ती म्हणजे दरवर्षी आयोजित केले जाणारे 'कृषिक' हे कृषी प्रदर्शन!

डिजिटल शेती तंत्रज्ञान

भविष्यामध्ये हवामान बदलाचे मोठे संकट शेतीसमोर उभे राहिल्याचे दिसते. त्याला सामोरे जाण्यासाठी पूर्व तयारी म्हणजे बदलत्या हवामानावर आधारित

शेती संदर्भात काम सुरू केले. दुसरी समस्या म्हणजे कोरडवाहू आणि लहान लहान तुकड्यांमध्ये विभाजित होत चाललेली शेती. सोबतच शेतीमधून शहराकडे होणारे वाढते स्थलांतर अशा प्रश्नांवर काय उपाययोजना करता येतील, यासाठी वेगवेगळ्या पद्धतीचा अवलंब केला. त्यात 'गटशेती', 'करारशेती', 'एकात्मिक शेती', 'काटेकोर शेती' यावर काम केले. त्या सातत्यपूर्ण कामांतून अनेक यशोगाथा तयार झाल्याचे दिसते. त्यांना वेळोवेळी योग्य प्रसिद्धी दिल्यामुळे आधुनिक तंत्रज्ञानाचा, पद्धतीचा वेगाने प्रसार होण्यास मदत झाली.

कृषी विज्ञान केंद्राचा फायदा

रासायनिक असो की सेंद्रिय शेती, संकरित असो की देशी गोवंशपालन, रेसिड्यू फ्री शेती, सत्त्वयुक्त परसबाग, मजल्यांची शेती अशा विविध पद्धतीमध्येही प्रयोग आणि प्रात्यक्षिकांतून अनेक शेतकरी तयार झाल्याचे स्पष्ट दिसते. त्याला फायदा झाला, तो 'कृषी विज्ञान केंद्रा'चा. सध्या जग चौथ्या औद्योगिक क्रांतीच्या उंबरठ्यावर उभे आहे, त्यात 'डिजिटल तंत्रज्ञान शिक्षण', 'डिजिटल फार्मिंग' नव्याने उदयाला येत आहे. बारामती विभागामध्ये शेती डिजिटल करण्यासाठी प्रयत्न झाले. डिजिटल शेतीसाठी तंत्रज्ञानात विविध विषय विभागाचे 'अॅप' तयार केले आहेत. त्यामुळे त्या अॅपमधून प्रत्यक्ष शेतकऱ्यांशी सहसंबंध जोडले जात आहेत. त्यातून जोखीम आणि खर्चही कमी होत आहेत.

'कृषी विकास प्रतिष्ठान'मार्फत 'सायन्स अँड इनोव्हेशन अॅक्टिव्हिटी सेंटर' बारामतीमध्ये उभारण्यात आले आहे. जागतिक पातळीवर विज्ञान आणि तंत्रज्ञानामुळे झपाट्याने बदल घडून येत आहेत. वैज्ञानिक घडवण्यासाठी हे केंद्र कार्यरत आहे. त्यातून 'एक्स्पोजर', 'एक्सपरिमेन्ट' आणि 'एक्स्प्लोरेशन' या तीन तत्त्वांवर काम केले जात आहे. विविध राज्यस्तरीय वैज्ञानिकांना आपल्या शैक्षणिक संस्थांमध्ये शालेय विद्यार्थ्यांपर्यंत नेण्यात येत असल्याने त्यांच्यामध्ये विज्ञानाबद्दल जिज्ञासा वाढत आहे. विद्यार्थ्यांमध्ये नावीन्यपूर्ण संकल्पना रुजत आहे. प्रयोग करण्याची मानसिकता रुजत आहे. त्यांच्या प्रयोगासाठी मुलांना वेगवेगळी व्यासपीठेही उपलब्ध करून दिली जात आहेत. यातून मुले लहान वयातच संशोधनाकडे वळण्यास मदत होत आहे.

'नुसते ऐका व शिका' असे न करता या सेंटरमध्ये शालेय विद्यार्थ्यांना प्रयोग

शाळेतील उपकरणे स्वतः मुक्तपणे हाताळता येतात. शालेय शिक्षकांसाठी एकात्मिक अभ्यासकमांचे प्रशिक्षण देण्यात येत आहे. कारण त्याच्या माध्यमातूनच विद्यार्थ्यांच्या सर्जनशीलतेला चालना आणि प्रोत्साहन मिळते.

विद्यार्थी आणि नागरिकांमध्ये विज्ञानाची आवड निर्माण होण्यासाठी हे सेंटर उपुक्त ठरणार आहे. बारामतीच्या आसपास असणारे विविध उद्योगांचे मॉडेल आणि प्रक्रियांचे वैज्ञानिक प्रदर्शन दालन उभारण्यात येणार आहे. यामध्ये साखर उद्योग, ऑटोमोबाईल, डेअरी, चॉकलेट तसेच टेक्स्टाईल उद्योगांतील विज्ञान सोप्या भाषेत प्रदर्शित करण्यात आले आहे.

अटल इनक्युबेशन सेंटर

देशाची वेगाने प्रगती साधण्यासाठी विद्यार्थ्यांची संशोधनात्मक बुद्धिमत्ता, दृष्टिकोन आणि कल्पकता वाढवणे गरजेचे आहे. हे लक्षात घेऊन बारामती येथे 'ॲग्रिकल्चरल डेव्हलपमेंट ट्रस्ट'च्या माध्यमातून 'अटल इनक्युबेशन'चे काम सुरू झाले आहे. 'अटल इनोव्हेशन मिशन' अंतर्गत देशभरात शंभर 'अटल इनक्युबेशन सेंटर'ची स्थापना करण्यात आली. त्यातील चौदा नवीन इनक्युबेशन सेंटर महाराष्ट्रामध्ये आहेत. त्यांतील एक 'ॲग्रिकल्चरल डेव्हलपमेंट ट्रस्ट आणि बारामती कृषी महाविद्यालयाच्या आवारात एप्रिल २०१९पासून सुरू झाले. या सेंटरसाठी स्वतंत्र पंचतारांकित इमारत उभारली असून, त्यामध्ये 'स्टार्टअप'साठी आवश्यक सर्व प्रकारच्या प्रयोगशाळा म्हणजेच 'फॅब लॅब', 'मेकर स्पेस लॅब', 'फूड इनोव्हेशन लॅब', 'मीडिया लॅब' आणि ट्रेनिंग रूम व ॲप सेल अशा सुविधा उपलब्ध करण्यात आल्या आहेत.

'अटल इनक्युबेशन सेंटर'ची उद्दिष्टे

- नवीन उद्योजकांना शास्त्रशुद्ध प्रशिक्षण, 'स्टार्टअप' कंपनी स्थापन करण्यासाठी मदत
- को-वर्किंग स्पेस आणि तज्ज्ञ व्यक्तींचे मार्गदर्शन (मेन्टॉरशिप)
- नवसंकल्पना मांडणारे विद्यार्थी व संशोधक, उद्योजक आणि गुंतवणूकदार यांच्यामध्ये समन्वय
- नवसंकल्पना मांडणारे विद्यार्थ्यांना प्रारूप (प्रोटोटाईप) करण्यासाठी फॅबलॅब

आणि मेकर स्पेस इनोव्हेशेनसाठी प्रयोगशाळा

- बाजारपेठेचा अभ्यास, मार्केटिंगबद्दल मार्गदर्शन
- महिला उद्योजकांना प्रोत्साहन
- खासगी कृषी महाविद्यालयासाठी भारतीय कृषी संशोधन परिषदेकडून दिली जाणारी अधिस्वीकृतीही मिळाली आहे. हा खरेतर मोठा बहुमान आहे. त्याचे कारण निष्णात मनुष्यबळ, सुसज्ज प्रयोगशाळा, स्मार्ट क्लासरूम. प्रतिष्ठानच्या प्रांगणात विविध वैशिष्ट्यांसह असलेले 'अटल इनक्युबेशन' सेंटर याची त्याला जोड आहे.
- या सेंटरच्या माध्यमातून तरुणांना नोकरी शोधणारे बनवण्याऐवजी उद्योजक आणि इतरांना नोकरी देणारे बनवले जात आहे.

कृषिमूल्यांची नव्याने पेरणी

पूर्वीच्या काळी शेतकरी एकत्र कुटुंब पद्धतीमध्ये श्रमविभागणी, एकमेकांना सहकार्य करण्याची प्रवृत्ती, कुटुंबातील वृद्ध व्यक्तींचा कौटुंबिक जिव्हाळ्याने सांभाळ, एका व्यक्तीची अडचण ही सर्व कुटुंबाची समजून ती सोडवण्यासाठी सगळ्यांनी धडपडण्याची वृत्ती महत्त्वाची होती. खरे तर शेती तेव्हाही इतकीच अवघड असूनही शेतकऱ्यांमध्ये आत्महत्या फारसा होत नसत. मात्र दरम्यानच्या काळात कुटुंबे विभागल्यामुळे होणारे शेतीचे तुकडीकरण, उत्पादन खर्चातील वाढ, नैसर्गिक आपत्ती अशा स्थितीमध्ये कुटुंबांचा मानसिक आणि आर्थिक पाठिंबा न राहिल्यामुळे देशभरातील शेतकऱ्यांच्या आत्महत्यांमध्ये मोठी वाढ झाली. या स्थितीमध्ये शेतकऱ्यांना एकत्र आणत शेतीमध्ये 'गटशेती', 'करारशेती' उत्पादन कंपनीसह शेती अशा विविध नावीन्यपूर्ण पद्धती विकसित केल्या जात आहेत. पाण्याच्या सुनियंत्रित वापरासह एकात्मिक शेती, काटेकोर शेती आणि हरितगृहातील शेतीमुळे उत्पादनामध्ये वाढ होत आहे. निर्यातक्षम शेतमाल उत्पादनासाठी प्रशिक्षणासह प्रयत्न केले जात आहेत. बारामती विभागातील प्रयत्नांमुळे शेतकऱ्यांना नैसर्गिक आपत्ती आणि बाजारातील चढ-उतारांमुळे बसणारा तडाखा सहन करण्याची सामुदायिक शक्ती तयार होत आहे. यातून बारामती विभागातील शेतकऱ्यांमध्ये नकारात्मकता कमी होत आहे. शेतकऱ्यांमध्ये नव्या उमेदीने जीवन जगण्याची पद्धती विकसित झालेली दिसते.

संस्था पुरस्काराने सन्मानित

बारामतीमध्ये कृषी विकास प्रतिष्ठान (Agricultural Development Trust), विद्या प्रतिष्ठान आणि कृषी विज्ञान केंद्र (KVK) या तीन शिक्षण, प्रशिक्षण देणाऱ्या आणि प्रशिक्षणानंतर पाठपुरावा करणाऱ्या संस्था आहेत. अशा संस्थांचे मूल्यमापन त्रयस्थ अशा संस्थाकडून नेहमी होत असते. या संस्था अखिल भारतीय पातळीवर सर्वोकृष्ट संस्था म्हणून नावारूपाला येत आहेत.

कृषी विकास प्रतिष्ठान

'कृषी विकास प्रतिष्ठान' (ॲग्रिकल्चरल डेव्हलपमेंट ट्रस्ट-Agricultural Development Trust)ची स्थापना शरदचंद्र पवार आणि त्यांचे थोरले बंधू कृषिरत्न, आप्पासाहेब पवार यांनी १९७०मध्ये सर्वसामान्य जनतेसाठी कृषी व शैक्षणिक विकास घडवून आणण्याच्या उद्देशाने बारामतीपासून ५ किमी अंतरावर बारामती-नीरा रस्त्यावर प्रतिष्ठान वसले आहे. बारामती तहसीलच्या दुष्काळी भागात पाझर तलाव बांधून प्रतिष्ठानने आपल्या उपक्रमांना सुरुवात केली, ज्यामुळे पिण्यासाठी आणि शेतीसाठी पाण्याची गरज भागू शकेल.

कृषी विज्ञान केंद्र

बारामतीतील 'कृषी विकास प्रतिष्ठान' (Agricultural Development Trust) आणि नवी दिल्लीच्या भारतीय कृषी संशोधन परिषद (ICAR) यांच्या संलग्नतेअंतर्गत जिल्हास्तरावर १ ऑगस्ट, १९९२मध्ये 'कृषी विज्ञान केंद्र' (KVK) स्थापन करण्यात आले. हे केंद्र भारतातील मॉडेल, हाय-टेक आणि राष्ट्रीय पुरस्कार विजेते आणि शाश्वत शेतीच्या विकासासाठी ३० वर्षांपासून कार्यरत आहे. याचे कार्यक्षेत्र पुणे जिल्ह्यातील ७ तालुक्यांपर्यंत आहे. कृषी विज्ञान केंद्राचे उद्दिष्ट संशोधन संस्थांमधील तंत्रज्ञान निर्मितीमधील वेळ कमी करणे हे आहे. कृषी आणि संबंधित क्षेत्रांमधून उत्पादन, उत्पादकता आणि उत्पन्न वाढवण्यासाठी शेतकऱ्यांच्या शेतात तो वेळ उपलब्ध करणे हे आहे.

शेतकरी समुदायाच्या उन्नतीसाठी कृषी तंत्रज्ञानाचे अग्रणी संसाधन आणि ज्ञान केंद्र बनणे हेच केंद्राचे ध्येय असून पात्र व्यावसायिकांकडून मागणीवर आधारित

कृषी उत्पादने आणि सेवा वितरीत करणे हे 'मिशन' आहे. कृषी विज्ञान केंद्राला कृषी विस्तारातील उत्कृष्ट कार्यासाठी १० वा 'दूरदर्शन सह्याद्री कृषी सन्मान पुरस्कार' २०१७मध्ये मिळाला. २०१२मध्ये 'सर्वोत्कृष्ट कृषी विज्ञान केंद्र' झोन V जिंकला. २०१५मध्ये इंटरनॅशनल क्वालिटी फोरम, जिनिव्हा, स्वित्झर्लंडकडून गुणवत्ता पुरस्कारासाठी 'आंतरराष्ट्रीय स्टार' आणि महिंद्रा समृद्धी इंडिया ॲग्री अवॉर्ड-कृषी सहयोग सन्मान २०१२मध्ये मिळाला. तसेच २००६-२००७मधील सर्वोत्कृष्ट राष्ट्रीय कृषी विज्ञान केंद्र पुरस्कार संस्थेला मिळाला आहे.

विद्या प्रतिष्ठान

विद्या प्रतिष्ठान हे सर्व प्रकारचे शिक्षण देणारे शैक्षणिक क्षेत्रामधील अग्रगण्य आहे. १९७२मध्ये स्थापना झाल्यापासून संस्थेने सर्व घटकांना शैक्षणिक सुविधा देण्याच्या प्रयत्न केला आहे. शरदचंद्र पवार आणि अजित पवार यांच्या नेतृत्वाखालील प्रतिष्ठानने सामान्य तसेच तांत्रिक शिक्षण देण्यास सुरुवात केली.

विद्या प्रतिष्ठान अंतर्गत १२ महाविद्यालये आहेत. यामध्ये कला, विज्ञान, वाणिज्य, जैवतंत्रज्ञान, बीएड (इंग्रजी व मराठी माध्यम), बीई (संगणक, माहिती तंत्रज्ञान, इलेक्ट्रॉनिक्स आणि दूरसंचार अभियांत्रिकी, यांत्रिक अभियांत्रिकी, स्थापत्य अभियांत्रिकी आणि इलेक्ट्रिकल अभियांत्रिकी, कृत्रिम बुद्धिमत्ता आणि डेटा विज्ञान) आर्किटेक्चर, पॉलिटेक्निक, माहिती तंत्रज्ञान, कायदा, आणि कृषी जैवतंत्रज्ञान या महाविद्यालयांचा समावेश होतो.

या संस्थांचे शुल्क अत्यंत कमी असून विद्यार्थ्यांकडून कोणतेही कॅपिटेशन शुल्क घेतले जात नाही. प्रतिष्ठानच्या शारदाबाई पवार महिला महाविद्यालयाने २००६मध्ये पुणे विद्यापीठाचा सर्वोत्कृष्ट महाविद्यालयाचा पुरस्कार जिंकला. तर २०१७मध्ये NAAC द्वारे A ग्रेडने सन्मानित करण्यात आले.

बारामती विभागातील कृषी विज्ञान केंद्र (KVK), कृषी विकास प्रतिष्ठान (Agricultural Development Trust) आणि विद्या प्रतिष्ठान या तीन संख्या आणि त्यांच्या प्रशिक्षणार्थींना अनेक आंतरराष्ट्रीय, राष्ट्रीय आणि राज्यस्तरीय पुरस्करांनी सन्मानित करण्यात आले आहे.

बारामती विभागातील संस्था व त्यांच्या प्रशिक्षणार्थ्यांना मिळालेले पुरस्कार :
पुरस्कार प्राप्त संस्था : कृषी विज्ञान केंद्र (KVK)

पुरस्कार देणाऱ्या संस्था	पुरस्कारांची नावे
मत्स्य व्यवसायातील सर्वोत्कृष्ट KVK पुरस्कार	'उत्कृष्ट कृषी विज्ञान केंद्र' पुरस्कार (१० जुलै, २०२४)
नॅशनल इन्स्टिट्यूट ऑफ ऑग्रिकल्चरल एक्सटेन्शन मॅनेजमेंट कॉलेज, (MANAGE), हैदराबाद, तेलंगणा	सर्वोत्कृष्ट ऑग्रि-क्लिनिक्स अँड ऑग्रि-बिझनेस सेंटर्स (ACABC) नोडल प्रशिक्षण संस्था पुरस्कार (१५ ऑगस्ट, २०२३)
आदिवासी उपाययोजना (ट्रायबल सब-प्लॅन - TSP) केंद्र, बेंगळुरू	AICRP प्रकल्प पुरस्कार, (४ सप्टेंबर, २०२३)
राष्ट्रीय बौद्धिक संपदा जागरूकता अभियानांतर्गत केंद्र सरकारचा पुरस्कार	राष्ट्रीय बौद्धिक संपदा जागरूकता अभियानात सक्रिय सहभागासाठी KVK बारामती, भाजीपाला केंद्र, प्रशंसा प्रमाणपत्र, (२ मे, २०२३)
दूरदर्शन सह्याद्री कृषी सन्मान पुरस्कार-२०१७	कृषी विस्तारातील उत्कृष्ट कार्यासाठी दूरदर्शन सह्याद्री कृषी सन्मान पुरस्कार-२०१७ (१६ मार्च, २०१७)
कृषी उन्नती मेळा, IARI, नवी दिल्ली	सर्वोत्कृष्ट स्टॉल पुरस्कार (१५ मार्च, २०१७)
कृषी उन्नती मेळा, IARI, नवी दिल्ली	सर्वोत्कृष्ट KVK विभागीय पुरस्कार, पंडित दीनदयाळ उपाध्याय राष्ट्रीय कृषी विज्ञान प्रोत्साहन पुरस्कार-२०१६ (१५ मार्च, २०१७)

पुरस्कार देणाऱ्या संस्था	पुरस्कारांची नावे
जिनेव्हा, स्वित्झर्लंड येथील आंतरराष्ट्रीय गुणवत्ता मंच	गुणवत्तेसाठी आंतरराष्ट्रीय फाइव्ह स्टार पुरस्कार (२० सप्टेंबर, २०१५)
महिंद्रा आणि महिंद्रा, झी न्यूज	महिंद्रा समृद्धी पुरस्कार कृषी क्षेत्रातील नावीन्यपूर्ण तंत्रज्ञान हस्तांतरण आणि कृषी क्षेत्रातील योगदानाबद्दल पुरस्कार
ICARचा क्षेत्रीय पुरस्कार, विभागीय पुरस्कार	विस्तार शिक्षण क्षेत्रात उत्कृष्ट योगदानासाठी झोन V मधील सर्वोत्कृष्ट पुरस्कार (२०१२-२०१३)
राष्ट्रीय फलोत्पादन मंडळ, कृषी मंत्रालय, भारत सरकार	बारामती फलोत्पादन रोपवाटिकेचे मान्यता प्रमाणपत्र आणि IV स्टार नर्सरी पुरस्कार, (आंबा, पेरू आणि डाळिंबाच्या २.२५ लाख कलमांच्या उत्पादनासाठी)
नाबार्डचा राज्यस्तरीय पुरस्कार	'शेतकरी क्लब'च्या उत्कृष्ट कामगिरीसाठी 'नाबार्ड'चा राज्यस्तरीय प्रथम पुरस्कार (२००९-२०१०)
ICARचा राष्ट्रीय कृषी विज्ञान केंद्र पुरस्कार	विस्तार शिक्षण क्षेत्रातील उल्लेखनीय योगदानासाठी राष्ट्रीय कृषी विज्ञान केंद्र पुरस्कार (२००६-२००७)

पुरस्कार देणाऱ्या संस्था	पुरस्कारांची नावे
नाबार्डचा राष्ट्रीय स्तरावरील पुरस्कार	पुणे, सातारा आणि सोलापूर या तीन जिल्ह्यांतील १५४ गावांमध्ये १५४ शेतकरी क्लब स्थापन, उत्कृष्ट कामगिरीसाठी सर्वोत्कृष्ट सुविधा संस्था म्हणून सन्मान (२०१०-११)
दूरदर्शन सह्याद्री पुरस्कार-२०१७	१० वा दूरदर्शन सह्याद्री कृषी सन्मान पुरस्कार, कृषी विस्तारातील उत्कृष्ट कार्यासाठी पुरस्कार (२०१७)
'आयआयएचआर', 'केव्हीके' नावीन्यपूर्ण शेतकरी मेळावा	राजेंद्र गोपाल जठार, (नावीन्यपूर्ण शेतकरी) पुरस्कार-२०१३
'आयसीएआर', राष्ट्रीय फार्म इनोव्हेटर पुरस्कार	संपर्क शेतकरी नंदकुमार जाधव, राष्ट्रीय फार्म इनोव्हेटर पुरस्कार (२०१०)

पुरस्कार प्राप्त संस्था
कृषी विकास प्रतिष्ठान (Agricultural Development Trust)

पुरस्कार देणाऱ्या संस्था	पुरस्कारांची नावे
इंटरनॅशनल क्वालिटी फोरम, जिनिव्हा, स्वित्झर्लंड	गुणवत्ता पुरस्कारासाठी आंतरराष्ट्रीय स्टार (२० सप्टेंबर, २०१५)
महिंद्रा समृद्धी इंडिया ॲग्री अवॉर्ड-२०१२	कृषी सहयोग सन्मान, कृषी पुरस्कार २०१२
सर्वोत्कृष्ट राष्ट्रीय कृषी विज्ञान केंद्र पुरस्कार, (२००६-२००७)	कृषी विज्ञान केंद्र पुरस्कार (२००६-२००७)
डॉ. आप्पासाहेब पवार पुरस्कार	नावीन्यपूर्ण शेतकरी (इनोव्हेटिव्ह फार्मर) पुरस्कार

पुरस्कार देणाऱ्या संस्था	पुरस्कारांची नावे
राष्ट्रीय मूल्यमापन आणि मान्यता परिषद 'नॅक'द्वारे	'नॅक'द्वारे 'A' दर्जाची संस्था म्हणून सन्मान
इंडो-यूएस फाउंडेशन, यूएसए	फॅकल्टी पुरस्कार
'आयआयटी बॉम्बे'द्वारे 'आयसीटी' 'एमएचआरडी' सरकारी संस्थांतर्फे	उत्कृष्ट योगदान पुरस्कार, सरकारच्या माध्यमातून राष्ट्रीय शिक्षण मिशन अंतर्गत स्पोकन ट्युटोरियल प्रकल्पाच्या प्रसारासाठी पुरस्कार (२०१३)
इंडो-यूएस फाउंडेशन, न्यूयॉर्क	सर्वोत्कृष्ट शैक्षणिक संस्था पुरस्कार, (२०१४)
ISO 9001: 2001 नामांकन	ISO 9001 : 2001 प्रमाणपत्र (२००५)
महाराष्ट्र शासनाकडून 'अ' दर्जाच्या संस्था पुरस्कार	'अ' दर्जाची संस्था म्हणून सन्मान (२००५)

'खेड्याकडे चला'चा प्रत्यय

खेड्यामध्ये संधीच उपलब्ध नसल्यामुळे शहराकडे रोजगारासाठी जाण्याची गरज लोकांना पडते. या स्थलांतरामुळे शहरावर अतिरिक्त ताण पडतो. आलेल्या लोकांनाही काही फार चांगेल जीवन प्राप्त होते असे नाही. झोपडपट्टीमध्ये राहावे लागलेल्या या पापभीरू लोकांना अस्वस्थ वातावरणामध्ये, गुन्हेगारांनी भरलेल्या परिसरामध्ये राहावे लागते. खरे तर बारामती विभागही तसा ग्रामीण असूनही येथे विजेचा नियमित पुरवठा, पाणीपुरवठा, चांगले रस्ते यांसोबतच शेती व शेतीपूरक उद्योगांची वाढ यांतून रोजगाराची उपलब्धता होत आहे.

त्याच प्रमाणे शेतीमालावर प्रकिया उद्योग, महात्मा गांधी राष्ट्रीय रोजगार हमी

योजनेमध्ये, गावांमध्ये कामांची उपलब्धता, अन्नसुरक्षा अभियानातून मिळणारे दारिद्रय रेषेखालील लोकांना मिळणारे स्वस्त धान्य व इतर जीवनावश्यक वस्तू यांमुळे शहरात गेलेले अनेक लोक पुन्हा आपल्या गावाकडे परतत आहेत. ते आधुनिक शेती आणि नावीन्यपूर्ण उद्योगातून रोजगार मिळवत आहेत. महात्मा गांधी यांनी दिलेल्या 'खेड्याकडे चला', या संदेशाचे तंतोतंत पालन होताना दिसत आहे. ही आर्थिक विकासातील स्वागताई आणि कलाटणी देणारी घटना घडत आहे.

'स्मार्ट खेडी'

'स्मार्ट खेडे' आणि 'स्मार्ट सिटी' या अलीकडच्या काळातील दोन आर्थिक विकासाच्या संकल्पना विकासाच्या मॉडेल्समध्ये समाविष्ट केल्या आहेत. या दोन्हींचा समन्वय 'बारामती पॅटर्न'मध्ये करण्यात आला आहे. मुंबई, पुणे शहरांसारखी वेगवेगळ्या घटकांध्ये बारामती शहर आणि विभाग हे महाराष्ट्राच्या नकाशावर आपली ओळख निर्माण करत आहे. हे एकात्मिक सर्वांगीण विकासाचे मॉडेल कृषी आणि कृषीपूरक उद्योगधंद्याच्या विकासातून 'स्मार्ट खेडी' विकसित केली जात आहेत. शरदचंद्र पवारसाहेबांच्या द्रष्टेपणाचे हे मूर्तिमंत उदाहरण आहे.

जनतेशी नाळ जोडणारे उपक्रम

भौतिक समृद्धी ही कितीही चांगली असली तरी ती पुरेशी नसते. त्यामुळे विकासाशी मानवी सबंध जोडणे आणि त्यांचे सवंर्धन करणे, हेही तितकेच महत्त्वाचे आहे. बारामती विभागामध्ये शहर आणि खेड्यांतील सर्व चांगल्या बाबी एकत्र आणून एक माणुसकी जपणारी संस्कृती हे निर्माण करण्यावर प्रामुख्याने भर राहिला आहे. त्यासाठी अन्य काळात देशभरात कुठेही कार्यरत असलेले, राजकारण, समाजकारण करत असलेले पवार कुटुंबीय दीपावलीला मात्र एकत्र येतात. यातून कुटुंबाच्या एकीचे प्रदर्शनच घडते. शरदचंद्र पवारसाहेबांच्या वाढदिवसाच्या दिवशी रक्तदान शिबिर, क्रीडा स्पर्धा कार्यक्रम असे घेतले जातात. त्यातून अनेक परंपरा जोपासल्या जात असून, याला समाज संवेदनशील आणि सकारात्मक प्रतिसाद देतो.

पहिले कृषी प्रदर्शन महाराष्ट्रात

कृषी क्षेत्रातील महत्त्वाचे तंत्रज्ञान, पद्धती यांचे प्रत्यक्ष किंवा प्रारूपाच्या स्वरूपातील प्रात्यक्षिक समाजातील लोकांच्या समोर मांडणे म्हणजे 'कृषी प्रदर्शन' होय.

स्वातंत्र्यप्राप्तीनंतरचे पहिले अखिल भारतीय कृषी प्रदर्शनाचे आयोजन भारताचे तत्कालीन कृषिमंत्री पंजाबराव देशमुख यांच्या प्रेरणेने दिल्ली येथे आयोजित केले होते. त्याचे उद्घाटन भारताचे तत्कालीन राष्ट्रपती डॉ. राजेंद्र प्रसाद यांच्या हस्ते करण्यात आले होते. म्हणजेच भारतातील पहिले कृषी प्रदर्शन भरवण्याचा मानही महाराष्ट्रातील या नेत्याने मिळवला होता. त्यानंतर देशभरात कृषी प्रदर्शनांचे आयोजन केले जाते. खेड्यापाड्यांतील उत्सव आणि यात्रेच्या वेळी परिसरातील मोठ्या वर्गापर्यंत तंत्रज्ञान पोहोचवण्याची संधी म्हणून याच्याकडे पाहिले जाते. ही परंपरा अधिक विस्तृत स्वरूपामध्ये बारामतीमध्येही राबवली जाते.

'कृषिक' भव्य प्रदर्शन

बारामती इथे दरवर्षी सुमारे एकशे दहा एकर क्षेत्रावर 'कृषिक' हे भव्य प्रदर्शन आयोजित केले जाते. तसे पाहता व्यावसायिक उत्पादनाच्या प्रसारासाठी कृषी प्रदर्शने मोठ्या प्रमाणात भरवले जाण्याच्या या काळामध्ये शेतकऱ्यांपर्यंत नवे तंत्रज्ञान, नवे वाण, पिके, तंत्रज्ञान, पीक पद्धती यांची माहिती पोहोचवण्याचा उद्देश ठेवून भरवले जाणारे हे एकमेक प्रदर्शन असावे. कारण इथे केवळ उत्पादन दाखवून त्याच्या विक्रीचा प्रयत्न होत नाही. तर प्रत्येक कंपनीचे नवे 'सी' प्रत्येक कंपनीलाही त्या वाणांच्या लागवडीपासून उत्पादनापर्यंतच्या काळात काही महिने काम करावे लागते. हे कृषी प्रदर्शन आता बारामतीचा अविभाज्य भाग बनलेला आहे. 'कृषिक' प्रदर्शनामध्ये शेतीचा विकास, शेतीचे परिवर्तन आणि शेतीची संस्कृती दर्शवीणाऱ्या घटकांची मांडणी केलेली असते. त्यात तीन 'ई' महत्त्वाचे असतात. 'एज्युकेशन' (शिक्षण), 'एक्सपरिमेन्टेशन' (प्रयोग) आणि 'एक्स्टेन्शन' (विस्तार कार्य).

शेतकऱ्यांच्या प्रश्नांचे निरसन

या प्रदर्शनाच्या माध्यमातून समाजाचे कळतनकळत शिक्षण आणि प्रशिक्षण साधले जाते. यात वेगवेगळ्या पिकांचे नवे वाण, जातीपासून ते पेरणीची नवी तंत्रे, रसायने-कीडनाशके, काढणीची व मळणीची यंत्रे, प्रत्यक्ष उत्पादन हाती आल्यानंतर करावयाची प्रक्रिया आणि मूल्यवर्धन अशा बहुविध घटकांचा समावेश असतो. आधुनिक मूल्य साखळीनुसार विक्री व्यवस्थेतील अनेक घटकही त्यात समाविष्ट असतात. प्रात्यक्षिकांसोबतच माहिती पत्रके, व्हिडिओ, ॲप्स यांच्या

माध्यमातून नवे तंत्रज्ञान अधिक चांगल्या प्रकारे सर्वसामान्यांपर्यंत पोहोचवले जाते. कृषी प्रदर्शनात चर्चा सत्रे, तज्ज्ञ व्यक्तींची व्याख्याने ठेवलेली जातात. त्यामुळे शेतकऱ्यांच्या मनातील शंकांचे. प्रश्नांचे निरसनही तिथेच होते.

विविध शेती पद्धतींची प्रात्यक्षिके

प्रदर्शनातील प्रात्यक्षिकांमध्ये काय काय असते, याची नुसती यादी पाहिली तरी त्याची समृद्धता आपल्या लक्षात येईल. बागायती शेती, कोरडवाहू शेती, सेंद्रिय शेती, रासानिक शेती, एकात्मिक शेती, बहुविध पीकशेती पद्धतींसोबतच हायटेक शेती, हरितगृह, टिश्यू कल्चर, मल्चिंग वापर (आच्छादन), मातीविना शेती, मजल्यांची शेती (व्हर्टिकल फार्मिंग), सकस आहार उत्पादन शेती, विषमुक्त परसबाग, रेशीम शेती अशा विविध शेती पद्धती प्रत्यक्ष पाहता येतात. पिकांचे उत्पादन वाढवतानाच ते विषमुक्त, रेसिड्यू फ्री (अवशेष मुक्त) असेल, यावरही भर दिला जातो. जागतिक पातळीवर निर्यात करण्यासाठी आवश्यक ते निकष कसे पूर्ण करायचे, याचे मार्गदर्शनही प्राप्त होते.

पशुपक्षी पालन व पशुखाद्ये

पशुपक्षी पालनाचा वेगळा विभाग येथे असतो. त्यात गाय, म्हैशी, शेळ्या, कोंबड्या, बटेर, वराह, घोडे, उत्तम दर्जेदार वळू यांच्या विविध प्रजाती देशभरातून आणलेल्या असतात. त्यांची प्रत्येकाची मांस उत्पादन, दूध उत्पादन यांची माहिती दिली जाते. त्यांचे वैशिष्ट्ये सांगितली जातात. दुधावरील वेगवेगळ्या प्रक्रिया उत्पादनाची माहितीही दिलेली असते. पशुपालनाशी संबंधित मुक्तगोठा पद्धत, लसीकरण, चारापिके, मुरघास उत्पादन, वेगवेगळी पशुखाद्य उत्पादने यांचीही माहिती एकाच जागी उपलब्ध होते. मधमाशीपालनासारख्या उद्योगातूनही कशा प्रकारे उत्पादन वाढवता येते, मिळवता येते, हे पाहता येते. मत्स्य शेतीचे विविध प्रकाराचे प्रात्यक्षिकही दाखवले जाते.

जमिनीच्या सुधारणेसाठी

जमिनीच्या सुधारणेसाठी माती, पाणी परीक्षणापासून जैविक खते व कीडनाशके यांच्या उत्पादनांची माहिती दिली जाते. या प्रदर्शनाला किंवा बारामतीलाच भेट

देणारी व्यक्ती पूर्ण पाहिल्याशिवाय जात नाही. स्व. पंतप्रधान राजीव गांधी यांनी बारामतीची भेटीसाठी केवळ अर्धा तास इतकाच वेळ दिला होता. पण प्रत्यक्षामध्ये तीन तासांपेक्षा अधिक काळ थांबून त्यांनी प्रत्येक गोष्ट समजून घेतली.

माजी पंतप्रधान डॉ. मनमोहन सिंगही बारामतीतील शेती पाहून म्हणाले होते, ''हा विकासाचा बारामती पॅटर्न आहे. असे शंभर विकासाचे पॅटर्न भारतात निर्माण झाले तर देशाचा विकास आपोआप होईल.''

पंतप्रधान नरेंद्र मोदी म्हणाले, ''बारामतीचा सर्वांगीण विकास हा शरदचंद्र पवारसाहेबांच्या अथक प्रयत्नांचे प्रतीक आहे. देशातील कोणत्याही प्रश्नांवर चर्चा करण्यासाठी महिन्यातून एकदा, दोनदा त्यांच्याशी (शरद पवारसाहेब यांच्याशी) बोलत असतो.''

महाराष्ट्राचे माजी मुख्यमंत्री उद्धव ठाकरे म्हणाले, ''पवारसाहेबांनी बारामतीचे नंदनवन केले आहे.''

'बारामती कृषी पॅटर्न' प्रारूप

कोणतेही शहर एका दिवसात उभे राहत नसते (Rome was not built in a day), या अर्थाची इंग्रजी म्हण आहे. त्यामागे एक दूरदृष्टी असते. अथक प्रयत्नांची, कष्टाची आणि ते सातत्याने चिकाटीने करत राहण्याची एक मानसिकता असावी लागते. तेव्हाच त्या कामांचे फळ आपल्या हाती येत असते. भारताच्या आर्थिक विकासातील सर्वंकष विकासाचा 'बारामती पॅटर्न' म्हणून गौरवल्या जाणाऱ्या या 'पॅटर्न' मागे शरद पवारसाहेबांची दूरदृष्टी, त्यांचे संघटन कौशल्य, समाजसेवेसाठी समर्पित वृत्ती, बालपणापासून त्यांच्यावर झालेले संस्कार, तारुण्यात मिळालेले थोरा-मोठ्यांचे मार्गदर्शन याबाबी कारणीभूत आहेत. या साऱ्या गुणांना सत्तेची साथही मिळाली.

१९६७मध्ये विधानसभेच्या निवडणुकीत झालेला त्यांचा विजय आणि त्यानंतर त्यांनी राज्याचे मुख्यमंत्री पद १८ जुलै, १९७८ ते २६ फेब्रुवारी, १९८०, २५ जून, १९८८ ते ४ मार्च, १९९०, ४ मार्च, १९९० ते २५ जून, १९९१ आणि ६ मार्च, १९९३ ते १३ मार्च, १९९५, असे चार वेळा भूषविले. हा चढता राजकीय आलेख बारामतीच्या विकासासाठी फायदेशीर ठरला. या मुख्यमंत्री पदाच्या काळात राजकीय, सामाजिक, कृषी, शैक्षणिक परिवर्तनाचे कार्य त्यांच्या हातून घडले.

त्यांचे राजकीय गुरू स्व. यशवंतराव चव्हाणसाहेबांनी पुरोगामी महाराष्ट्रात कृषी, औद्योगिक रचनेचा पाया घातला, त्यावर शरद पवारसाहेबांनी कळस चढविला, असे म्हणता येईल.

स्त्रियांना ३३ टक्के आरक्षण

महाराष्ट्राचे मुख्यमंत्री असताना पवारसाहेबांनी अनेक क्रांतिकारक निर्णय घेतले. उदाहणार्थ स्थानिक स्वराज्य संस्थांमध्ये स्त्रियांना ३३ टक्के आरक्षण देणे, वडिलोर्जित मालमत्तेमध्ये मुलींनाही समान वाटा देणे, यांतून आजवर घराच्या चारभिंतीमध्ये कोंडली गेलेली स्त्री ही समाजाच्या केंद्रस्थानी आणण्याचा प्रयत्न झाला. त्या अर्थाने ते महात्मा ज्योतिराव फुले आणि सावित्रीबाई फुले यांचे खरे वारसदार ठरले! देशाचे संरक्षणमंत्री असताना लष्कराच्या तिन्ही दलात स्त्रियांना भरती करण्याचा निर्णयही तितक्यात तोलामोलाचा ठरतो.

दुसरी हरितक्रांती

अमेरिकेचे राष्ट्राध्यक्ष बेंजामिन फ्रँकलिन यांच्या उद्गाराची या ठिकाणी आठवण होते. ''जीवनात असे काम करावे की, ते काम लोकांच्या स्मरणात राहील आणि असे लिखाण करावे की, लोक ते सतत वाचत राहतील.'' शरद पवारसाहेबांनी आपल्या मुख्यमंत्री पदाच्या काळात थोर विभूतींच्या इंग्रजी ग्रंथांचे मराठीत अनुवाद करवून घेण्यासाठी प्रयत्न केले. राजर्षी शाहू महाराज, डॉ. बाबासाहेब आंबेडकर यांचे विचार मराठी भाषांतराच्या माध्यमातून सामान्यांपर्यंत पोहोचले. त्यांचे स्वतःची ५० वर्षांची कारकीर्द सांगणारे *लोक माझे सांगाती* हे आत्मचरित्र, त्यांच्या शेतीविषयक विचारांची मांडणी *ट्रॉन्स्फॉर्मिंग ॲग्रिकल्चर, ट्रॉन्स्फॉर्मिंग इंडिया* या इंग्रजी ग्रंथातून करण्यात आली आहे. त्यांच्या मनातील बळीराजाच्या कल्याणाची आस आणि देशाला अन्नधान्याबाबत, फळ-फळावळीबाबत स्वयंपूर्ण करण्याचा ध्यास यातून त्यांच्या कृषिमंत्रिपदाच्या काळात उत्पादनांनी उच्चांक केले. त्यामुळेच त्याला 'दुसरी हरितक्रांती'ही म्हटले जाऊ लागले.

वाढत्या लोकसंख्येसाठी उपाय

स्वातंत्र्यपूर्व काळात आपला देश केवळ शेतीवर आधारलेला, दुष्काळांनी गांजलेला

असाच होता. केवळ कच्च्यामालाचे उत्पादक ठेवण्यामध्ये इंग्रजांचा अधिक फायदा होता. त्यामुळे उद्योगांची अजिबात वाढच झालेली नव्हती. एकेकाळी संपन्न असलेला देश इंग्रजांच्या दीडशे वर्षांच्या गुलामीमध्ये कंगाल झाला होता. उद्योग नसल्यामुळे रोजगाराच्या संधी उपलब्ध नव्हत्या. बहुतांश सर्व लोकसंख्या शेतीवर अवलंबून होती. शेतीतून अपेक्षित उत्पादन निघत नसल्यामुळे तत्कालीन ३७ कोटी लोकसंख्येला पुरेसे इतकेही अन्नधान्य उत्पादन होत नव्हते. धान्याच्या बाबतीतील हे परावलंबित्व पुढे १९६०च्या दशकांपर्यंत कायम होते. धान्यासाठी विकसित देशांच्या कृपेवर अवलंबून राहावे लागत होते. वाढती लोकसंख्या ही त्या काळात एक समस्याच वाटत होती.

पहिली हरितक्रांती

१९६०मध्ये पहिली हरितक्रांती झाली. शेतकऱ्यांना सुधारित संकरित जाती, त्याला रासायनिक खते पुरवण्यात आली. त्यातून अन्नधान्यांचे उत्पादन वाढत गेले. आता लोकसंख्या जवळपास तिपटीने वाढूनही आपण अन्नधान्यात स्वयंपूर्णच झालो असे नाही, तर आपण विविध देशांना अन्नधान्यांची निर्यात करत आहोत. शेतीवर अवलंबून असलेल्या लोकसंख्येचे प्रमाण हळूहळू कमी होत आता ६० टक्क्यांपर्यंत आले आहे. म्हणजेच एका बाजूला उत्पादन, एकरी उत्पादकता वाढत आहे, तर दुसऱ्या बाजूला त्यावर अवलंबून मनुष्यबळ कमी होत आहे.

संधीत रूपांतर करण्याची गरज

या सर्व प्रक्रियेमध्ये नापीक व पडीक जमिनी लागवडीखाली आणणे, त्या उत्पादक करणे, यासोबत शेतकऱ्यांना नियमित प्रशिक्षित करणे यांवर भर देण्यात आला. शेतीवर आधारित प्रक्रिया उद्योग, लघुउद्योग सुरू करण्यातून ग्रामीण भागांमध्ये उद्योजकतेचा वारे वाहताना दिसत आहेत. बारामतीमध्ये यासाठी जी त्रिसूत्री (म्हणजे शिक्षण, प्रशिक्षण आणि विस्तार कार्य) राबवली, ती संपूर्ण भारतात राबबविल्यास देश नक्कीच महासत्ता होऊ शकतो. भारताची वाढती लोकसंख्या अधिक कार्यक्षम व उत्पादक बनेल, यासाठी योजना राबविल्या पाहिजेत. आत्मनिर्भर भारतासाठी कौशल्य विकास, 'स्टार्टअप' निर्माण, 'इनोव्हेशन' (शोधांचा विकास), बीज भांडवली उद्योग सुरू करण्याची आवश्यकता आहे.

थोडक्यात वाढत्या लोकसंख्येकडे समस्या म्हणून पाहण्याऐवजी त्याचे संधीत रूपांतर करण्याची आवश्यकता आहे.

आता भारताची लोकसंख्या १४२.८६ कोटी झाली आहे. पूर्वी चीननंतर दुसऱ्या क्रमांकावर असलेला आपला देश चीनला मागे टाकून पहिल्या क्रमांकावर पोहोचला आहे. सामान्यतः वाढती लोकसंख्या हे एक संकट मानले, तरी या संकटातच एक संधी दडलेली आहे. कारण भारताची पंचवीस टक्के लोकसंख्या शून्य ते १४ वयाची आहे. म्हणजेच ही तरुणांच्या वाढत्या संख्येला योग्य ती चालना दिल्यास भारताला उत्तम विकास दर गाठता येऊ शकतो.

भारताची १८ टक्के लोकसंख्या १० ते १९ वर्षे, २६ टक्के लोकसंख्या १० ते २४ वर्षे आणि ६८ टक्के लोकसंख्या १५ ते ६४ वर्षे वयोगटातील आहे. म्हणजे केवळ ७ टक्के लोकसंख्या ६५ वर्षांवरील अनुत्पादक लोकसंख्या मानली तरी एकूणच अधिक उत्पादक लोकसंख्या ही भारताला सर्वोच्च विकासाच्या शिखरावर नेऊ शकेल. अशा परिस्थितीत 'बारामती पॅटर्न' हा विकासाचा रामबाण उपाय ठरू शकेल यामध्ये शंका नाही.

मातृ-उद्योगावर भर

सामान्यातील सामान्य शेतकऱ्यांना समजणारी एक साधी बाब म्हणजे 'चांगले पेरल्याशिवाय चांगले उगवणार नाही!' ग्रामीण भागात समाजकारण आणि राजकारण करणाऱ्या शरद पवारसाहेबांना तर हे चांगलेच माहीत होते. त्यामुळे आपला मूळ किंवा मातृउद्योग हा शेतीच आहे, हे ते उमजून होते. या मातृ-उद्योगावर आधारित विविध पूरक उद्योग, सेवा, संस्था उभारण्यावर त्यांचा नेहमीच भर राहिला. याबाबी बारामती विभागामध्ये उभ्या राहिल्या. त्या सातत्यपूर्ण चिकाटीने चालविल्या. त्यातूनच विभागातील शेतीवर अवलंबून असलेल्या सामान्य लोकांचे जीवन सुखी आणि समृद्ध होण्यास मदत होत आहे.

प्रदर्शनाच्या भेटीची उत्सुकता

एखाद्या व्यवस्थेमध्ये मूल्ये जितकी महत्त्वाची आहेत, तितकेच त्याचे दृश्य स्वरूप लोकांना कसे दिसते, हेही महत्त्वाचे असते. आज बारामती म्हटल्यावर आपल्या डोळ्यांसमोर काय उभे राहते ? विविध संस्थांच्या भव्य आणि तितक्याच

स्वच्छ अशा प्रशासकीय इमारती, उभ्या केलेल्या पायाभूत सुविधा, त्यामागे कार्यरत अशा ध्येयवादी लोकांचा गट या प्रत्यक्षात दिसणाऱ्या बाबी असतात. विकास आणि त्यातील विविध टप्पे असे प्रत्यक्ष डोळ्यांना दिसाव्या लागतात. वेगवेगळ्या अँगलमधून काढलेल्या छायाचित्रातून केवळ चांगल्या जाहिराती होऊ शकतात. प्रत्येक जाहिरातीवरही आपला विश्वास बसत नाही. त्यासाठी त्या उत्पादनाचा प्रथम चांगला अनुभव यावा लागतो. बारामतीमध्ये भरविल्या जाणाऱ्या कृषी प्रदर्शनातून तो प्रत्यक्ष अनुभव येतो. एकदा तुम्ही या प्रदर्शनाला भेट दिली की, अनुभव येतो. मग एखाद्या वर्षी या प्रदर्शनाला भेट देता आली नाही, तर विविध माध्यमांतून येणाऱ्या छायाचित्रांना पाहूनही व्यक्ती भारावून जाते. मग ती व्यक्ती स्वतःशीच म्हणते, ''अवंदा जमलं नाही. पुढच्या वर्षी योग आणावाच लागेल.''

शेतीचे भविष्य कसे सुधारणार

पूर्वी कुटुंबातील सर्वांत कमी शिकलेली आणि अन्य कोणताही व्यवसाय सांभाळायला योग्य नसलेल्या व्यक्तीच्या गळ्यात घरची शेती घातली जायची आणि त्याने शेती सुधारावी, अशी अपेक्षा ठेवली जायची. शेतीमध्ये प्रशिक्षित किंवा उच्चशिक्षित मनुष्यबळच कार्यरत राहणार नसेल, तर शेतीचे भविष्य कसे सुधारणार? उलट शेतीमध्ये शेतीशास्त्राचे शिक्षण घेतलेल्या व्यक्ती उतरल्या पाहिजेत, या तरुणालाही शेतीमध्ये आपले भविष्य समृद्ध दिसावे, यावर भर देण्याची गरज आहे. आज शेतीमध्ये जे शिक्षित तरुण दिसत आहेत, त्यामागे पवारसाहेबांनी या विभागामध्ये तयार केलेली शिक्षण, प्रशिक्षण, प्रयोग, प्रात्यक्षिक अशी मोठी साखळी कार्यरत आहे. हे विसरता कामा नये.

...यातूनच देशाची प्रगती

या व्यवस्थेतून उभ्या राहिलेल्या यशकथा आजूबाजूला घडताना दिसतात. कृषी आणि कृषीपूरक उद्योगातून तरुणांनी निर्माण केलेल्या अनेक यशकथा म्हणजे त्या त्या व्यक्तीचे कार्यकर्तृत्व आहेच. पण त्या सोबतच त्याच्यामागे उभी असलेली पूरक अशी साह्यभूत व्यवस्था होय. एक खेडेवजा मोठे गाव केवळ दूरदृष्टी असलेल्या व्यक्तीच्या प्रयत्नातून विकासाच्या एकेक पायऱ्या चढत चालले आहे.

आजूबाजूंच्या खेड्यांना सामावून घेत चालल्यामुळे विकास तालुक्यापर्यंत पोहोचते. अशा विकसित तालुक्यांतूनच जिल्हे, राज्य आणि देशाची प्रगती होत असते.

विकासाचा पहिला टप्पा

पाझर तलावांच्या नियोजनबद्ध कार्यवाहीसाठी 'कासा' संस्थेने शरद पवारसाहेबांना एका स्वयंसेवी संस्थेची स्थापना करण्याचे सुचवले, तेव्हा त्यांनी बारामती कृषी विकास प्रतिष्ठानची २२ जून १९७१ रोजी रितसर स्थापना केली. प्रारंभी शरद पवारसाहेब या संस्थेचे अध्यक्ष होते. त्यानंतर डॉ. आप्पासाहेब पवार अध्यक्ष झाले.

'कृषी विकास प्रतिष्ठान'ची उद्दिष्टे

- परिसरातील जिरायत भागात पडणाऱ्या पावसाच्या प्रत्येक थेंबांचे व उपलब्ध पाण्याचे संवर्धन (साठवण) व्यवस्थापन व वापर होण्यासाठी आवश्यक त्या योजना /उपाय हाती घेणे विहिरीची खोदाई व ऑईल इंजिन्स यांबाबत साहाय्य करणे.
- परिसरातील शेतीच्या विकासाठी 'ना नफा ना तोटा' तत्त्वावर विविध सुविधा पुरवणे.
- पाझर तलावांच्या पाणलोट क्षेत्रात वनिकरण व वनसंवर्धन करणे.
- माणसांसाठी व जनावरांसाठी आरोग्यसेवा उपलब्ध करणे.
- शिक्षण, प्रात्याक्षिके आणि विस्तार कार्य यांद्वारे शेती व शेतीपूरक अशा उद्योगधंद्यांचा विकास करणे.
- शेती व शेतीपूरक जोडधंदे यांच्या आधुनिक तंत्रज्ञानांची प्रत्यक्ष अनुभूती या तत्त्वांच्या आधारे प्रात्याक्षिके दाखवण्यासाठी 'आदर्श शेती फार्म'ची स्थापना करणे.
- आधुनिक शेती व शेतीपूरक जोडधंद्याचे तंत्रज्ञान अवलंबण्यास उपयुक्त झालेल्यांना रोपे, सुधारित बी-बियाणे, कीटकनाशके, संकरित कालवडी, कोंबडा व शेळ्या मेंढ्या पुरवणे.
- सुधारित सिद्ध तंत्रज्ञान चाचणी घेऊन त्याचे निष्कर्ष जनहितार्थ प्रसारित करणे.
- 'कृषी विज्ञान मंडळा'ची स्थापना करून त्यांद्वारे शेतकरी सहली, मेळावे

चर्चासत्रे आयोजित करणे.

- आधुनिक शेती व शेतीपूरक तंत्रज्ञान शेतकऱ्यांपर्यंत पोहवण्यासाठी मासिके चालवणे, माहिती प्रसारित करणे.

- कृषिविषयक प्रयोगशाळांची निर्मिती आणि त्या माध्यमातून माती, पाणी, देठ यांच्या तपासण्याची सुविधा उपलब्ध करणे.

- ग्रामीण भागातील स्त्री शिक्षणास चालना देण्यासाठी सर्व सोयी-सुविधांनी युक्त शिक्षण संकुल उभारणे व शिक्षणाची विविध दालने उपलब्ध करणे.

- अशिक्षित, अर्धशिक्षित तसेच सुशिक्षित महिलांना आर्थिकदृष्ट्या स्वावलंबी बनवण्यासाठी व त्यांच्यामधील सुप्त कलागुणांच्या विकासासाठी 'व्यक्तिमत्त्व विकास योजना' राबवणे.

- आर्थिक व बौद्धिक कुवती अभावी उच्चशिक्षण घेऊन शकणाऱ्या ग्रामीण भागातील बेरोजगार तरुणांना तांत्रिक शिक्षणाची संधी उपलब्ध करून देणे. त्यांनी नोकरीच्या पाठीमागे न लागता स्वतःचा लघुउद्योग उभारावा, यासाठी आत्मविश्वास निर्माण करणे. प्रशिक्षणाच्या काळात विक्रिक्षम वस्तू तयार करण्याचा अनुभव 'प्रॉडक्शन सेंटर'च्या माध्यमातून देणे.

- ग्रामीण भागातील युवा पिढीला लघुउद्योग उभारण्यासाठी प्रेरणा, मार्गदर्शन व आवश्यक त्या सुविधा उपलब्ध करून देण्यासाठी 'औद्योगिक साहाय्य समिती' स्थापन करणे.

- नाशवंत शेतीमालाच्या साठवणूक करण्याचा सुविधा शेती उत्पादनावर प्रक्रिया करणाऱ्या उद्योगधंद्याना उत्तेजन देणे.

- सध्याच्या विज्ञान व तंत्रज्ञानाच्या युगात शेती, शेतीपूरक जोडधंदे व शिक्षण या क्षेत्रांतील अत्याधुनिक संशोधन संबंधितांपर्यंत पोहोवण्यासाठी विविध योजना /उपक्रम राबवणे.

- गरीब, गरजू, हुशार मुलींना 'कमवा व शिका' योजनेद्वारे शिक्षणाची संधी उपलब्ध करून देणे.

- वृद्धाश्रम, सामुदायिक विवाह यांसारखे सामाजिक उपक्रम राबवणे.

कृषी विकास प्रतिष्ठानचा पहिला टप्पा

कृषी विकास प्रतिष्ठान (Agricultural Development Trust)ची स्थापना

होण्यापूर्वी ४१ पाझर तलावांचे काम पूर्ण झालेले होते. या स्थापनेनंतर पाझर तलावांच्या कामांना अधिक वेग आला. पहिला टप्प्याच्या अखेरीस म्हणजे १९६८ ते १९७४मध्ये तलावांची संख्या १००च्या आसपास पोहोचली. तलावांमुळे उपलब्ध झालेल्या पाण्याचा उपयोग दुष्काळग्रस्त शेतकऱ्यांना शेतीला व्हावा. यासाठी जसजशा गरजा निर्माण झाल्या. त्यानुसार विविध योजना उपक्रम हाती घेण्यात आले.

केवळ पावसावर अवलंबून असलेल्या शेतीक्षेत्राच्या ४३ गावांच्या शिवारात पाझर तलावांची संख्या २८९पर्यंत पोहोचली. थोडक्यात 'कासा' योजना आणि शरदचंद्र पवारांचे दूरदृष्टीच्या प्रयत्नांमुळे दुष्काळी भागातील लोकांच्या दृष्टीने जीवनदायी ठरले.

पाझर तलावांमुळे झालेले परिवर्तन

- २८९ पाझर तलावांची पाणी साठवण क्षमता (एमसीएफटी) : ७३५.७२
- पाझर तलावांच्या लाभक्षेत्रातील लाभधारक शेतकऱ्यांच्या कुटुंबाची एकूण संख्या : ५११९
- पाझर तलावांच्या लाभक्षेत्रातील सिंचनाखाली एकूण क्षेत्र : १७,०२६ एकर
- पाझर तलावांच्या लाभक्षेत्रातील विहिरींची एकूण संख्या : ३,११८
- पाझर तलावांच्या कामानिमित (कामासाठी धान्य) वाटण्यात आलेले गहू व तेलाची किंमत : सुमारे ३ कोटी रुपये
- सिंचनाखाली आलेल्या प्रति हेक्टर क्षेत्रासाठी पाझर तलावांवर आलेला खर्च: सरासरी ६७५२ रुपये
- राज्यातील मोठ्या धरणांवर त्या काळी सिंचनाखाली आलेल्या प्रति हेक्टर क्षेत्रासाठी झालेल्या खर्च : सुमारे २० ते २५ हजार रुपये

पाझर तलावांचे फायदे

पाझर तलाव होण्यापूर्वीची अवर्षणप्रवण ४३ गावांची व १९९८ मधील सद्यःस्थिती याविषयी एक सर्वेक्षण करण्यात आले. त्यात प्रत्यक्षात झालेले सकारात्मक बदल मोजण्यात आले.

- पाझर तलाव होण्यापूर्वी २-३ तासांत वाहून जाणारे पावसाचे पाणी अडवले

गेल्यामुळे वर्षातील अधिक काळ ओढे-नाले वाहू लागले. जमिनीत मुरलेल्या पाण्यामुळे पाझर तलांवाच्या लाभक्षेत्रात पाण्याची पातळी वाढली. मोठ्या संख्येने विहिरी खोदण्यात आल्या. सध्या तलावांच्या लाभक्षेत्रात एकूण ३,११८ विहिरी आहेत. त्यांपैकी २०००पेक्षा अधिक विहिरी पाझर तलाव झाल्यानंतर खोदण्यात आल्या आहेत.

- पाझर तलाव होण्यापूर्वी ४३ गावांच्या शिवारात जुन्या विहिरींद्वारे सुमारे २४००० एकर क्षेत्र ओलिताखाली होते. सध्या १७,०२६ एकर क्षेत्र ओलिताखाली असून, पूर्वीच्या क्षेत्रांच्या तुलनेत सुमारे ७ पट वाढ झाली.

- अन्नधान्य उत्पादन वाढ : पाण्याची उपलब्धता झाल्याने ज्वारी, बाजरीसारख्या अन्नधान्याच्या उत्पादनात वाढ झाली. मात्र पाण्याची शाश्वत उपलब्धता जसजशी होत गेली, तशी पीकपद्धतीही बदलत गेली. कांदा, ऊस यांसारखी नगदी पिके वाढली. डाळिंब, बोर, द्राक्षे, नारळ यांसारख्या फळांच्या लागवडीत वाढ झाली. हे होत असतानाच ठिबक, तुषार सिंचनासारख्या आधुनिक सिंचन तंत्राचा वापर वाढला.

- पूर्वी बहुसंख्य छपरांची असलेली शेतकऱ्यांची घरे हळूहळू पक्की होत वर लोखंडी पत्रे अगर कौलारू चढली. काहींची घरे सिमेंट काँक्रीटची झाली.

- शेतीतील यांत्रिकीकरण वाढले. शेतीकामासाठी पारंपरिक अवजारांऐवजी टॅक्टरचा वापर वाढला.

- पाण्याच्या उपलब्धतेमुळे जवळ जवळ वर्षभर हिरवाचारा उपलब्ध होऊ लागला. परिणामी संकरित गायींच्या संख्येच्या प्रमाणात वाढ झाली. दुग्धोत्पादन व्यवसायाचा विकास झाल्याने परिसरातील लोकांना जीवनाधार सापडला. पाझर तलावांच्या लाभक्षेत्रातील शेतकऱ्यांकडे १९९८पर्यंतच सुमारे ७००० संकरित गायींचे पशुपालन सुरू झाले होते.

- बारामती तालुक्यातून पुण्या-मुंबईसारख्या शहरात दररोज २ लाख लीटरपेक्षा अधिक दूध जाते. त्या मोबदल्यात दररोज सुमारे १६ लाख रुपये म्हणजे वर्षाला ६० ते ७० कोटी रुपये येऊ लागले. म्हणजेच शहरातून तालुक्यातील आर्थिक प्रवाह खेड्यापाड्यांत पोहोचू लागला. पावसावर शेती अवलंबून असलेल्या भागातील दुधाचा व मिळणाऱ्या मोबदलाचा वाटा त्यामध्ये निम्म्यापेक्षा अधिक आहे. हजारो लोकांना या दूध संस्थांमुळे

रोजगार उपलब्ध झाले आहेत.

- सामान्यांची आर्थिक कुवत वाढल्यामुळे त्यांची मुले-मुली उत्तम शाळा महाविद्यालयांतून शिक्षण घेऊ शकत आहेत.

- प्रतिष्ठानच्या पुढाकाराने उभारण्यात आलेल्या संस्था व उद्योगधंदे आणि अन्य सेवा क्षेत्रांमध्ये शेकडो बेरोजगार तरुणांना रोजगार मिळाला आहे.

अन्य सिंचनासाठी केलेले प्रयत्न

ज्या ठिकाणी सिंचनाच्या सुविधा नव्हत्या, तिथे पावसाचे पाणी अडवून त्यावरील पाझर तलाव उपयोगी होतेच. पण येथे कणेर व नीरा यासाऱ्या छोट्या-मोठ्या नद्या आहेत. त्यावर बंधारे घालण्यात आले. नीरा नदी व डाव्या कालव्यावरील उपसा सिंचन योजना (लिफ्ट इरिगेशन) करण्यात आल्या. त्यामुळे तालुक्यातील सिंचन क्षेत्रात मोठी वाढ झालेली आहे.

विहिरींची खोदाई व ऑईल इंजिन्स

पाझर तलावांमुळे भूगर्भातील पाणीपातळी वाढली. परंतु भूगर्भातील वाढलेल्या पाण्याचा शेतीसाठी उपयोग करण्यासाठी विहिरी खोदण्याची आवश्यकता होती. त्यातील पाणी उपसण्यासाठी ऑईल इंजिन्स हवेत. हे लक्षात आल्यानंतर कृषी विकास प्रतिष्ठानने विहीर खोदाई व ऑईल इंजिन्स उपलब्धता करण्याची योजना हाती घेतली. मात्र हे सर्व दुष्काळी भागांतील शेतकरी, बहुतांश लोक पतसंस्थांचे मूळचेच थकबाकीदार असल्याने कर्जाची दारे बंद होती. या परिस्थितीतून मार्ग काढण्यासाठी प्रतिष्ठानने १० लाख रुपये उपलब्ध केले. ते 'सेंट्रल बँक इंडिया'मध्ये कायमस्वरूपी ठेव म्हणून ठेवले. या ठेवीच्या तारणावर बँकेने प्रतिष्ठानच्या शिफारशीनुसार चाळीस लाख रुपयांचे कर्ज मंजूर केले. जसजशी कर्जाची परतफेड होईल तसतशी ती रक्कम अन्य शेतकऱ्यांना विहीर खोदाई व ऑईल इंजिन्ससाठी कर्जरूपाने उपलब्ध करून देण्यात आले.

या योजनेनुसार बँकेने केलेल्या कर्जपुरवठ्यातून शेकडो विहिरी खोदण्यात आल्या. त्यावर ऑईल इंजिन्स बसवण्यात आले. या विहिरींच्या पाण्यावर हिरवी पिके डौलू लागली. प्रतिष्ठानच्या या योजनेला हातभार लावण्यासाठी 'किर्लोस्कर ऑईल इंजिन्स

कंपनी'तर्फे ६० ऑईल इंजिन्स, पंपिंग सेटस पुरवले. काळाच्या ओघात शेतकऱ्यांची आर्थिक स्थिती कुवत वाढली. दुष्काळग्रस्त भागात विजेची सोय झाली. आता ऑईल इंजिन्स जाऊन त्या जागी विजेवरील पंपिंग सेट आले आहेत.

बोअरिंग-ब्लास्टिंग युनिट

पाझर तलावांच्या लाभक्षेत्रात नव्या विहिरी खोदण्याचे व जुन्या खोल करण्याचे काम जलद गतीने व्हावे आणि बँकेच्या कर्जाचा योग्य विनियोग व्हावा, म्हणून 'कृषी विकास प्रतिष्ठान'ने 'बोअरिंग ब्लास्टिंग युनिट' सुरू केले. 'ना नफा ना तोटा' या तत्त्वावरील या सेवेमुळे प्रतिवर्षी शेकडो विहिरींची खोलवर खोदाई करणे शक्य झाले. पुढे ही सेवा नीरा नदीच्या डाव्या कालव्याच्या लाभक्षेत्रातील शेतकऱ्यांनाही देण्यात आली.

शेती अवजारे, बी-बियाणे पुरवठा योजना

'कृषी विकास प्रतिष्ठान'च्या योजनेमुळे पाण्याची उपलब्धता तर झाली, पण प्रत्येक हंगामाच्या सुरुवातीला शेतकऱ्यांसमोर येणारी दुसरी अडचण म्हणजे मशागतीसाठी यंत्रे, बी-बियाणे आणि खतांची उपलब्धता नसणे. ही कामे पारंपरिक पद्धतीने केल्यास शेतकऱ्यांना फायदा मिळणार नाही, हे लक्षात घेऊन प्रतिष्ठानने स्वतः दोन ट्रॅक्टर्स, ट्रालीज व नांगर खरेदी केले. ते गरजू शेतकऱ्यांना 'ना नफा, ना तोटा ' तत्त्वावर पुरवले. ही सेवा पुढे परिसरात मोठ्या प्रमाणात ट्रॅक्टर्स उपलब्ध होईपर्यंत बरीच वर्षे पुरवली. गरीब शेतकऱ्यांच्या मदतीला अन्य शेतकरी तितक्याच सहकार्याच्या भावनेने येऊ लागले. त्यातून दुष्काळग्रस्त भागातील शेतकऱ्यांमध्ये चैतन्याचे वातावरण निर्माण झाले. शेतकऱ्यांची सुधारित बी-बियाणे व रासायनिक खतांची आवश्यकता लक्षात घेऊन प्रतिष्ठानने राष्ट्रीय बियाणे महामंडळ (National Seeds Corporation) या संस्थेची एजन्सी घेण्यात आली. त्यांची सुधारित बियाणे पुरवण्यात आली. खतासाठीही प्राथमिक सहकारी क्रेडिट संस्थेच्या माध्यमातून कर्ज मिळण्याची खास व्यवस्था करण्यात आली. सध्या अवर्षणप्रवण भागातील अनेक शेतकऱ्यांकडे स्वतःच्या मालकीचे ट्रॅक्टर्स व अन्य सुधारीत अवजारे आहेत.

वनीकरण व वनसंवर्धन

पाणलोट क्षेत्रातील पाणी तलावाकडे वाहून येताना भूभागावर झाडे, झुडपे आणि गवत यांचे आच्छादन नसेल तर पावसाचे पाणी बरोबर मातीही घेऊन येते व ती तलावात साठते. त्यामुळे तलावाची पाणीधारण क्षमता दिवसेंदिवस कमी होऊन आयुष्यही घटत जाते. हे थांबवण्यासाठी जमिनीवर झाडाझुडपांचे आच्छादन असणे आवश्यक आहे. त्यासाठी तसेच जमिनीत पाणी मुरवण्यासाठी पाझर तलावांच्या पाणलोट क्षेत्रात वनीकरणाची व संवर्धनाची व्यापक योजना 'कृषी विकास प्रतिष्ठान'ने हाती घेतली. प्रतिष्ठानने नियोजनबद्ध एक दीर्घकालीन योजना आखली. सुरुवातीला या गावामधील सरकारी, ग्रामपंचायत हद्दीतील जमिनी आणि माळेगांव खुर्द येथील प्रतिष्ठानच्या फार्मचा परिसर यांची निवड करण्यात आली.

लावलेले प्रत्येक झाड हे जगलेच पाहिजे, यावर भर देण्यात आला. त्यासाठी कडाक्याच्या उन्हाळ्यातील झाडाला ओलावा मिळावा, या उद्देशाने लावलेल्या झाडाशेजारी मडके पुरून त्यात पाणी भरण्याची व्यवस्था केली. त्यामुळे दुष्काळी भागातील शेकडो स्त्रियांना रोजगार मिळाला आहे. अमेरिकेतील 'ल्युथरान वर्ल्ड रिलिफ इनकार्पोरेशन' (Lutheran world Relife-LWR) या संस्थेने प्रतिष्ठानच्या वनसंवर्धन योजनेस आर्थिक साहाय्य केले.

फिरता दवाखाना

तालुका किंवा एखाद्या मोठ्या खेड्यामध्ये २५ ते ३० वर्षांपूर्वी एखादा मोठा दवाखाना असायचा. अडवळणी खेड्यातील लोकांनी तिथपर्यंत पोहोचणे दुरापास्त वाटे. दुष्काळग्रस्त भागात तर अधिक गंभीर स्थिती होती. या परिसरासाठी आरोग्य सेवा उपलब्ध करण्यासाठी प्रतिष्ठानने जर्मनीच्या 'टेरे डेस होम्स' (Terredes Hommes) या संस्थेच्या अर्थसाहाय्य व औषध पुरवठ्याच्या मदतीने दोन फिरती रुग्णालये सुरू केली.

रुग्णालयासाठी बारामती शहरातील डॉक्टरांनी विनामूल्य सेवा उपलब्ध करून सहकार्य केले. ही फिरती रुग्णालये दररोज ५ ते ६ खेड्यांत जाऊन रुग्णांवर उपचार करतात. या आरोग्य प्रकल्पाला चांगला प्रतिसाद मिळाला. कालांतराने दुष्काळग्रस्त भागातही अनेक ठिकाणी शासनाच्या वतीने प्राथमिक

आरोग्य केंद्रे सुरू केली गेली. तरीही 'कृषी विकास प्रतिष्ठान'ने बारामतीतील भिगवण चौक येथे बरीच वर्षे मोफत दवाखाना चालवून आरोग्य सेवा दिली आहे.

आरोग्य सेवा

- गरीब रुग्णांची तपासणी
- लघवी व रक्ताची मोफत तपासणी
- आजारांवर मोफत औषध, गोळ्या, इंजेक्शनचा पुरवठा
- क्षयरोग झालेल्यांना महाराष्ट्र शासनाच्या मदतीने उच्च दर्जाचा औषध पुरवठा
- कुटुंब कल्याणविषयी सल्ला
- विद्यार्थ्यांची आरोग्य तपासणी, आरोग्य व आहार विषयक व्याख्याने

जनावरांसाठीही फिरता दवाखाना

बारामती परिसरात दुग्धोत्पादन व्यवसायाचा उदय होण्यापूर्वी तालुक्याच्या ठिकाणाशिवाय तालुक्यातील अन्य ठिकाणी जनावरांचा दवाखाना उपलब्ध नव्हता. पूर्वी जनावरांचीही संख्याही कमी होती. मात्र दरम्यानच्या काळात वाढलेल्या संकरित जनावरांमुळे त्यांच्यासाठी वैद्यकीय सेवेची आवश्यकता मोठ्या प्रमाणात भासू लागली. यातून सर्व प्रकारच्या जनावरांना वैद्यकीय संरक्षण पुरवले गेले. सोबतच त्यांची दूध देण्याची क्षमता वाढवण्यासाठी प्रयत्न करण्यात आले.

सामान्यतः प्रत्येक गायींची दूध देण्याची क्षमता ही आनुवंशिक असते. ती वाढवण्यासाठी अधिक दूध उत्पादनक्षम वळूंच्या विर्याचा वापर करून आनुवंशिकता सुधारण्याचा प्रयत्नही करण्यात आला. त्यासाठी संकरित पैदाशी सोबतच सकस आहाराबद्दल शेतकऱ्यांना माहिती व प्रशिक्षण देण्यात आले. संस्थेचा फिरता दवाखाना दररोज किमान ४ खेड्यांना भेट देत असे. या भेटीचा तालुक्यातील सुमारे २५ ते ३० गावांना लाभ मिळाला. संस्थेने सुरू केलेले कार्य सध्या सरकारी दवाखान्यातून व संस्थेच्या शेती फार्मवर केले जात आहे.

'कृषी विकास प्रतिष्ठान'चा दुसरा टप्पा

ग्रामीण भागातील सामान्य कुटुंब हा विकासकार्याचा केंद्रबिंदू मानून कार्यरत

असलेल्या 'कृषी विकास प्रतिष्ठान'च्या कक्षा हळूहळू विस्तारत गेल्या.

१९७४ ते १९९०पर्यंत दुष्काळग्रस्त ४३ गावांमध्ये झालेल्या पाझर तलाव निर्मिती आणि राबवलेल्या विविध योजनांतून सामान्य माणसांशी शरदचंद्र पवार जोडले गेले. त्याच्यांत अतूट नाते निर्माण झाले. त्यांचा पाठिंबा कायम राहिला. याच बळावर त्यांनी महाराष्ट्राचे राज्यमंत्री, कॅबिनेट मंत्री व विरोधी पक्षनेते अशी विविध पदे भूषवण्याची संधी मिळाली. या राज्य पातळीवरील कामांमुळे बारामतीतील कामांकडे आपले दुर्लक्ष होऊ नये, या उदेशाने त्यांनी १९७२मध्ये प्रतिष्ठानच्या कार्याची संपूर्ण धुरा डॉ. आप्पासाहेब पवार यांच्यावर सोपवली. ते प्रतिष्ठानचे अध्यक्ष झाले.

आप्पासाहेब पवार यांची इस्राईल भेट

इस्राईल देश हा रेताड वाळवंटी जमीन, सरासरी ४ ते ६ इंच पाऊस, नियमित पाणी टंचाई या कठीण स्थितीमध्येही शेती क्षेत्रामध्ये वेगाने प्रगती करत होता. खरे तर आपल्याकडील ३-४ जिल्ह्यांएवढा क्षेत्रफळाचा आणि केवळ काही लाख लोकसंख्या असलेल्या या देशावर शेजारी राष्ट्रांमुळे सतत युद्धाची टांगती तलवार असते. इतक्या टोकाच्या प्रतिकूल नैसर्गिक परिस्थितीमध्येही इस्राईल येथील शेतकऱ्यांनी केलेल्या प्रगती पाहण्याच्या उदेशाने डॉ. आप्पासाहेब पवार यांनी भेट दिली.

१९७०मध्ये केवळ ४ दिवसांच्या भेटीसाठी गेलेले डॉ. आप्पासाहेब तिथे चक्क ४ महिने राहिले. या भागातील कोणत्या बाबी आपल्या बारामती परिसरामध्ये राबवता येतील, याचाच विचार त्यांच्या मनात सतत घोळत होता. कारण दुष्काळग्रस्त आणि अशीच पाण्याची टंचाई असलेल्या गावांसाठी त्यांनी तंत्रज्ञानाची संजीवनी शोधली. या पुढील 'कृषी विकास प्रतिष्ठान'च्या कामावर या इस्राईल भेटीचा मोठा ठसा दिसून येतो. हे तंत्रज्ञान सामान्य माणसांपर्यंत पोहोचवण्यासाठी त्यांनी शिक्षण, प्रशिक्षण, प्रयोग आणि प्रात्यक्षिक या सूत्रांचा अवलंब करण्याचा निर्णय घेतला. त्यासाठी त्यांनी 'आदर्श शेती फार्म'ची स्थापना केली.

'आदर्श शेती फार्म'

सामान्य शेतकऱ्यांच्या शेतीमध्ये परिवर्तन करायचे असेल, तर मोठी झेप घ्यावी

लागणार होती. निसर्गाची अवकृपा असलेला देश जर इतकी प्रगती करू शकतो, तर आपला देश का करू शकणार नाही, याच तळमळीने डॉ. आप्पासाहेब पवार यांनी काम सुरू केले. इस्त्राईलमध्ये पाहिलेल्या अनेक गोष्टी, तंत्रज्ञान आपल्या फार्ममध्ये उभे करण्याचा निर्णय घेतला. कारण प्रत्येक शेतकरी काही इस्त्राईलला भेट देऊ शकणार नाही. आपल्याला बारामतीमध्येच एक इस्त्राईल तयार करावा लागेल, ही त्यांची धडपड होती.

१९७४मध्ये त्यांनी माळेगाव येथे ११० एकर क्षेत्रावर आदर्श फार्म उभा केला. खरे तर या फार्मवरील जमीन खडकाळ, नापीक अशी होती. त्यात माती भरून शेतीयोग्य करण्यात आली. त्यात शेतीसोबतच सुधारित जातीच्या गायी, कोंबड्या, शेळ्या व मेंढ्या यांचे गोठे निर्माण केले. उत्तम दर्जाच्या रोपवाटिका, फळबागा आणि सिंचनाच्या आधुनिक पद्धतीचे प्रारूप त्यांनी आपल्या फार्मवर उभारले.

'फार्म'वरील विविध विभाग

- **शेती विभाग :** ऐकीव गोष्टींपेक्षा प्रत्यक्ष पाहिलेल्या गोष्टींवर अधिक विश्वास बसतो, या तत्त्वावर शेतीविषयक आधुनिक तंत्रज्ञानाची प्रारूपे या फार्ममध्ये तयार करण्यात आली. त्यात प्रामुख्याने —

  - सर्व पिके, फळझाडे, लागवडीसह विविध प्रयोगांची प्रात्यक्षिके घेतली जातात.

  - उपलब्ध पाण्याचा काटकसरीने व कार्यक्षमतेने वापर करणाऱ्या आधुनिक सिंचन पद्धतींची प्रात्यक्षिके घेतली जातात.

  - उत्तम रोपवाटिकेचा नमुना तयार केला असून, तिथे विविध सुधारित व संकरित फळे, त्यांची रोपे तयार केली जातात. ती सामान्य शेतकऱ्यांना अल्प किमतीमध्ये पुरवली जातात.

  - सुधारित व प्रकिया केलेले ऊस बेणे पुरवले जाते.

  - माती, पाणी, देठ यांच्या तपासणीसाठी सुसज्ज अशा प्रयोगशाळा उभारल्या आहेत. तिथे त्यांची तपासणी करून शेतकऱ्यांना सल्ला दिला जातो.

  - विविध अवजारांचे भव्य संग्रहालय उभारले असून, त्यांच्या वापराची

प्रात्यक्षिके नियमितपणे केली जातात.

- जमिनीची सुपीकता वाढवण्यासाठी एकात्मिक अन्नद्रव्ये व्यवस्थापनाची प्रात्यक्षिके दिली जातात. सेंद्रिय कर्ब वाढवण्यासाठी प्रेसमड, हिरवळीची खते, शेणखत, गांडुळखत निर्मिती, नियमित माती परीक्षण, शिफारशीप्रमाणे खतांचा वापर, पिकांची फेरपालट अशा अनेक बाबींची प्रात्यक्षिके केली जातात. मागणीनुसार ही खते उपलब्ध केली जातात.

फलोद्यान प्रकल्प

फार्मवरील फळांनी बहरलेली फळझाडे पाहून व अनेक प्रकारच्या शोभिवंत फुलांनी नटलेला गर्द छायेचा परिसर पाहून भेट देणाऱ्या शेतकऱ्यांच्या मानसिकतेत बदल होतो. आपल्या शेतातही अशीच झाडे लावण्याचा विचार त्यांच्या मनात येतो. रोपांविषयी संस्थेकडे सातत्याने विचारणा होत असल्याने रोपवाटिका तयार करण्यात आली. या रोपवाटिकेमध्ये सुधारित जातीच्या रोपांची निर्मिती करण्यात येते. वेस्टकोस्ट नारळ, डाळिंबांच्या विविध जाती, मोसंबी, चिक्कू, सीताफळ, आवळा, बोर, चिंच, फणस, पेरू, आंबा, द्राक्षे, पपई, जांभूळ, केळी या फळझाडांचे मातृवृक्ष कृषी विद्यापीठाकडून आणून तज्ज्ञांच्या खास देखरेखीखाली रोपे तयार केली जातात. ही रोपवाटिका शासनमान्य आहे. याशिवाय वेगवेगळ्या ३० प्रकारच्या शोभिवंत फुलझाडांची रोपेही स्वस्त दरात उपलब्ध करून दिली जातात.

डेअरी विभाग

एकेकाळी संकरित गायींविषयी शेतकऱ्यांच्या मनामध्ये अनेक शंका असतात. त्या दूर करण्याच्या उद्देशाने प्रतिष्ठानच्या फार्मवर स्वतंत्र डेअरी विभाग सुरू करण्यात आला. तिथे होल्स्टिन फ्रीझियन (Holstein Friesian) आणि जर्सी (Jersey) जातींच्या गायींचे संगोपन केले जाते. उत्तम जातिवंत वळूंच्या साह्याने शुद्ध संकरित कालवडींची पैदास केली जाते. मागणीनुसार शेतकऱ्यांना उपलब्ध केल्या जातात.

या जनावरांसाठी खाद्य म्हणून चाऱ्यांच्या विविध जातींची लागवडही फार्ममध्ये केली जाते. गव्हाच्या काडासारख्या उपलब्ध निकृष्ट चाऱ्यापासून उत्तम

दर्जाच्या खाद्याची निर्मिती करण्यासाठी मळी आणि युरियाची प्रक्रिया करण्याचे प्रशिक्षण दिले जाते. मजुरांच्या टंचाईमुळे निर्माण होणाऱ्या समस्येवर मात करण्यासाठी शक्य तिथे यांत्रिकीकरणाचा वापर केला जातो. उदाहरणार्थ कडबाकुट्टी यंत्र, दूध काढण्याचे यंत्र.

शेळीपालन विभाग

'कृषी विकास प्रतिष्ठान'ने 'उस्मानाबादी', 'जमनापारी', 'सिरोही', 'अंगोरा', 'बारबरी', 'सानेन' या शेळ्यांच्या जाती विविध राज्यांतून आणल्या आहेत. त्यांचे शास्त्रीय पद्धतीने संगोपन सुरू केले. यांतून पैदास होणाऱ्या शुद्ध जातींची करडे मागणीनुसार योग्य दरामध्ये शेतकऱ्यांना पुरवली जातात. पाण्याची सोय झाल्यामुळे हिरव्या चाऱ्याची उपलब्धता वाढली होती. त्यालाच स्वतःच्या १ ते १.५ एकर शेतीची जोड दिल्यास बंदिस्त शेळीपालन करता येते. ३० माद्या व दोन नर इतक्या उस्मानाबादी शेळीपालनातून किफायतशीर उत्पन्न मिळू शकते. ऑस्ट्रेलियन 'बोअर' या जातीच्या नरापासून स्थानिक शेळ्यांमध्ये वंशवृद्धीचे काम सुरू आहे.

प्रात्यक्षिके व नावीन्यपूर्ण प्रयोग

- पोषण मूल्य व आरोग्यदायी परसबाग परिसंवाद आणि पोषण थाळी स्पर्धा, (७ सप्टेंबर २०२०)
- तीन तासांत एक एकरात भात लागवड : कृषिदिनानिमित्त माळेगावात यांत्रिक भात शेतीची प्रात्यक्षिके (३ सप्टेंबर २०२०)
- बारमतीमध्ये 'एअरोपोनिक्स' शेतीचा प्रयोग, कृषिक-२०२०
- ॲक्वापोनिक्स तंत्रज्ञानाचा वापर : बारामती 'कृषी विज्ञान केंद्र' (केव्हीके) मध्ये एकत्रित मत्स्यपालन व भाजीपाल्याचे उत्पादन, कृषिक-२०२०
- पशू-स्पर्धा शेतकऱ्यांसाठी पर्वणी : जातिवंत देशी घोडे व इतर जनावरे, कृषिक-२०२०
- बारामती मिरची लागतेय गोड : नेदरलँडमधील शेतीतंत्राचा राज्यात पहिला प्रयोग, कृषिक-२०२०
- बांबू शेतीला 'केव्हीके'चे प्रोत्साहन, कृषिक-२०२०

- मका लागवडीचे चीनी तंत्रज्ञान, कृषिक-२०२०
- गो-पालनातील आनिकतेचा मंत्र : चैत्रपालवी-२०२०

'कृषी विकास प्रतिष्ठान'चा तिसरा टप्पा

'कृषी विकास प्रतिष्ठान'च्या तिसरा टप्पाची सुरुवात १९९०नंतर आणि बारामती तालुक्यात औद्योगिक वसाहती, उभ्या राहू लागल्या होत्या. तिथे स्थानिकांना नोकऱ्या मिळण्यासाठी तंत्रनिकेतन व औद्योगिक प्रशिक्षण संस्था स्थापन करण्यात आल्या. समाज परिवर्तनाचे प्रभावी माध्यम म्हणून शिक्षण संकुलाची उभारणी करताना 'शारदाबाई पवार शिक्षणसंस्था' नावारूपाला आली. विविध महिला महाविद्यालये, प्राथमिक व माध्यमिक शाळा, परिचरिका, प्रशिक्षण संस्था, अनौपचारिक शिक्षण योजना, मुला-मुलींची वसतिगृहे, वृद्धाश्रम आणि कृषिविषयक प्रयोगशाळा असे बहुउद्देशीय शैक्षणिक प्रकल्प या टप्पात उभे राहिले.

शारदाबाई पवार शिक्षण संकुलाची स्थापना

शिक्षण हे समाज परिवर्तनाचे प्रभावी साधन असून ग्रामीण भागातील विशेषतः मुलींना दर्जेदार शिक्षणाची संधी मिळावी, यासाठी १९८९-९०मध्ये 'शारदाबाई पवार शिक्षण संकुला'ची स्थापना करण्यात आली. या संकुलात बालवाडी ते पदव्युत्तर शिक्षणाची सोय उपलब्ध झाली आहे.

तंत्रनिकेतन व औद्योगिक प्राशिक्षण संस्था

प्रामुख्याने शहरात केंद्रित झालेला कारखानदारीचे विकेंद्रीकरण करण्याचे धोरण शासनाने स्वीकारल्यामुळे ग्रामीण भागात औद्योगिक वसाहती उभ्या राहू लागल्या. बारामती तालुक्यात बारामती व पणदरे येथेही औद्यागिक वसाहती स्थापन झाल्या. मात्र, तंत्रशिक्षणाच्या अभावामुळे स्थानिकांना नोकरी मिळण्यामध्ये अडचणी निर्माण होत होत्या. हे लक्षात घेऊन 'कृषी विकास प्रतिष्ठान'ने तंत्रनिकेतन व औद्यागिक प्रशिक्षण संस्था १९८८ ते १९८९ या शैक्षणिक वर्षात सुरू केल्या. त्यामुळे तरुणांना नोकरीच्या संधी उपलब्ध होऊ लागल्या. कारखानदारांनाही कुशल कामगार उपलब्ध होऊ लागले.

दहावी उत्तीर्ण विद्यार्थी / विद्यार्थिनींसाठी

प्रशिक्षण अभ्यासक्रम	मान्यता	कालावधी
वेल्डर (गॅस व इलेक्ट्रिक)	राष्ट्रीय व्यवसाय परिषद, दिल्ली	१ वर्षे
डिझेल मेकॅनिक	राष्ट्रीय व्यवसाय परिषद, दिल्ली	२ वर्षे
फिटर (जोडारी)	राष्ट्रीय व्यवसाय परिषद, दिल्ली	२ वर्षे
स्टेनोग्राफी (मराठी)	राष्ट्रीय व्यवसाय परिषद, दिल्ली	२ वर्षे
इलेक्ट्रिशियन	राष्ट्रीय व्यवसाय परिषद, दिल्ली	२ वर्षे
फॅब्रिकेटर	महाराष्ट्र राज्य व्यवसाय शिक्षण, मुंबई	२ वर्षे
दुचाकी वाहन दुरुस्ती	महाराष्ट्र राज्य व्यवसाय शिक्षण, मुंबई	२ वर्षे
रेडिओ, ऑडिओ दुरुस्ती	महाराष्ट्र राज्य व्यवसाय शिक्षण, मुंबई	१ वर्षे
आर्किटेक्चर, ड्राफ्ट्समन	महाराष्ट्र व्यवसाय शिक्षण, मुंबई	२ वर्षे
कॉम्प्युटर ऑपरेटर	महाराष्ट्र राज्य व्यवसाय शिक्षण,मुंबई	१ वर्षे

दहावी अनुत्तीर्ण व त्यापेक्षा कमी शिक्षण

प्रशिक्षण अभ्यासक्रम	मान्यता	शैक्षणिक पात्रता	कालावधी
टेलरिंग कटिंग (शिवण काम)	महाराष्ट्र राज्य व्यवसाय मंडळ, मुंबई	७ वी पास	६ महिने
इलेक्ट्रिक वायरमन	महाराष्ट्र राज्य व्यवसाय मंडळ, मुंबई	९ वी पास	६ महिने
इलेक्ट्रिक		९ वी पास	६ महिने
मोटार अँड आर्मेचर वायडिंग		९ वी पास	६ महिने
वेल्डिंग अँड जॉइंटिंग		९ वी पास	६ महिने

कृषी विकास प्रतिष्ठानचे कोर्सेस

प्रशिक्षण अभ्यासक्रम	शैक्षणिक पात्रता	कालावधी
वेल्डिंग अँड जॉइंटिंग	८ वी पास	६ महिने
इलेक्ट्रिक वायरमन	८ वी पास	६ महिने
इलेक्ट्रिक मोटर अँड आर्मेचर वायडिंग	८ वी पास	६ महिने
शिवण काम	६ वी पास	६ महिने
रेडिओ व टेप दुरुस्ती	१० वी पास	६ महिने
दुचाकी वाहन दुरुस्ती	१० वी पास	६ महिने
मराठी टायपिंग	९ वी पास	६ महिने
कॉम्प्युटर ऑपरेटर	१० वी पास	६ महिने

(या योजनेअंतर्गत कोर्सेससाठी दारिद्र्यरेषेखाल प्रशिक्षणार्थींना शासनाकडून शिष्यवृत्ती मिळते.)

विविध महिला महाविद्यालये

'कृषी विकास प्रतिष्ठान'च्या विविध उपक्रमांमुळे शेतकरी व शेतमजुरांच्या घरात काहीशी सुबत्ता आली. परंतु यामुळे समाज सुसंस्कृत होत नाही. महात्मा गांधी म्हणत, 'आई ही मुलाची पहिली शिक्षिका असते.' कोणत्याही कर्तृत्वान पुरुषांच्या जडणघडणीमध्ये त्यांच्या आईने केलेले संस्कार दिसून येतात. सुजाण आणि सुसंस्कृत अशी भावी पिढी घडवण्यासाठी घरातील मुली, महिला सुशिक्षित झाल्या पाहिजेत, या विचारधारेतून शारदाबाई पवार शिक्षण संकुलात १९९०-९१ या शैक्षणिक वर्षात अनेक विद्यालये, महिला महाविद्यालयांची स्थापना करण्यात आली. महाविद्यालयातील वसतिगृहात सुमारे १०० मुलींची राहण्याची सोय आहे.

महिला महाविद्यालयाच्या शाखा

- शारदाबाई पवार कनिष्ठ महाविद्यालय, इयत्ता ११वी, १२वी - कला, वाणिज्य आणि शास्त्र शाखा
- शारदाबाई पवार वरिष्ठ महिला महाविद्यालय, बीए, बीकॉम व बीएससी

- शारदाबाई पवार महिला शिक्षण शास्त्र महाविद्यालय, बीएड
- शारदाबाई पवार महिला शारीरिक शिक्षण शास्त्र महाविद्यालय, (बीपीएड)
- शारदाबाई पवार महिला कला निकेतन, (एटीडी)
- शारदाबाई पवार अध्यापिका विद्यालय, (डीएड)

प्राथमिक व माध्यमिक शिक्षण शाखा

- शारदाबाई पवार विद्या मंदिर, पूर्व प्राथमिक व प्राथमिक शाळा
- शारदाबाई पवार विद्यानिकेतन माध्यमिक शाळा

शारदाबाई पवार शिक्षण संकुलाची वैशिष्ट्ये

- प्रवेश देताना सामाजिक बांधिलकी महत्त्वाची. विधवा, घटस्फोटिता, निराधार, व्यंग असलेल्या तरुणींना अग्रक्रमाने प्रवेश दिला जातो. त्यांची असहाय्य स्थिती हाच निकष असतो.
- प्रवेशाच्या वेळी मुलगा व मुलगी असा प्रश्न निर्माण झाल्यास मुलीला अग्रक्रम दिला जातो. शिक्षकाच्या नेमणुकीच्या वेळी फक्त उमेदवाराच्या शैक्षणिक गुणवत्तेचा विचार केला जातो.
- शिक्षणातील इंग्रजीचे महत्त्व जाणून प्राथमिक शाळा मराठी माध्यमाची असूनही, पूर्व प्राथमिकपासूनच इंग्रजी हा विषय सक्तीचा ठेवला आहे.

अनौपचारिक शिक्षण योजना

सध्याच्या गतिमान व स्पर्धेच्या काळातील नवनवीन आव्हाने पेलण्यासाठी प्रचलित शिक्षण पद्धती अपुरी पडत आहे. हे जाणून शाळा महाविद्यालयातील तरुण-तरुणींना अनौपचारिक शिक्षण देण्यासाठी ३०पेक्षा अधिक अभ्यासक्रम चालवले जातात. त्यातून सुप्त कलागुणांना, कौशल्यांना चालना मिळते.

काही जीवन उपयोगी कौशल्यावर आधारित कोर्सेसप्रमाणे शिवणकाम, मशीन एम्ब्रॉयडरी, टायपिंग, संगणक विज्ञान, बेकरी, ब्युटी पार्लर, मेहंदी, सिरॅमिक्स, पेंटिंग, मोत्याचे दागिने, इंटेरिअर, डिझाईनिंग अँड डेकोरेशन.

- मुला-मुलींमध्ये स्वतःच्या पायावर उभे राहण्यायोग्य स्वयंरोजगाराची क्षमता निर्माण करणे.

- कुटुंबाच्या उत्पन्नात भर घालणे
- कौशल्ये व कलागुण विकसित करणे
- प्रसन्न, प्रभावी व प्रगल्भ व्यक्तिमत्त्व घडवणे
- पदवीच्या प्रमाणपत्रासोबतच जीवनोपयोगी कौशल्याचे प्रमाणपत्र मिळवणे

प्रबोधनपर व्याख्याने

आजच्या मुली या भविष्यातील आदर्श गृहिणी, माता असणार आहेत. त्यांच्यासाठी महिलांना उपयुक्त ठरतील अशा विषयांवरील व्याख्यानांचे खास केले जाते. उदाहरण निरोगी शरीर, आजारांवरील उपाय, स्त्रियांचे हक्क व त्यांबाबतचे कायदे, गरोदरपणातील काळजी, बालसंगोपन इत्यादी शिक्षक स्वतःची प्रेरणादायक आणि बदल घडवून आणणारे असतील, तर त्यांचे विद्यार्थी तसे घडतील. म्हणून शिक्षक आणि प्राध्यापकांसाठीही उद्बोधनपर व्याख्यानांचे आयोजन केले जाते.

परिचारिका प्रशिक्षण

पन्नास वर्षांपूर्वी दवाखान्याची सोय प्रामुख्याने मोठी शहरे, तालुक्यापुरती मर्यादित होती. त्यामुळे परिचारिका प्रशिक्षण हेही प्रामुख्याने अशा वैद्यकीय महाविद्यालयांच्या परिसरात दिले जाई. पण बारामतीमध्ये त्याची सुरुवात करण्यात आली. येथील विद्यार्थिनींना पुण्यातील निष्णात डॉक्टरांचे मार्गदर्शन उपलब्ध होत आहे. त्यामुळे ग्रामीण भागातील गरजू तरुणींना रोजगाराचा नवा मार्ग उपलब्ध होत आहे.

शारदानगर शिक्षण संकुलातील प्रकल्प

मुलींसाठी वसतिगृहे

ग्रामीण भागातील मुलींच्या उच्च शिक्षणाची सोय करत असतानाच त्यांच्या राहण्यासाठी शारदानगर शिक्षण संकुलाच्या आवारातच वसतिगृहाची सोय केली आहे. सुमारे एक हजार मुली येथे राहून शिक्षण घेत आहेत. या वसतिगृहाची नावेही राजमाता जिजाबाई, महाराणी ताराबाई, पुण्यश्लोक अहिल्यादेवी, राणी लक्ष्मीबाई, सावित्रीबाई फुले, पंडिता रमाबाई अशा प्रेरणादायक स्त्रियांच्या नावांवरून ठेवली आहेत. राहण्यासाठी

सर्व सुविधा असलेल्या खोल्या असून, त्यांच्या भोजनाची सोय पाच भोजनगृहाद्वारे केली जाते. मुलींच्या आरोग्यासाठी तज्ज्ञ स्त्री डॉक्टर असलेला दवाखाना संकुलातच आहे. त्याचप्रमाणे आजारपणाच्या काळात वसतिगृहातच स्वतंत्र निवास व्यवस्था, परिचारिकेची नेमणूक केलेली आहे. आलेल्या पालकांशी भेटीसाठी स्वतंत्र भेटगृह, व्यायाम शाळा, भव्य क्रीडांगण, मनोरंजनाच्या सुविधा पुरवण्यात आल्या आहेत. प्रमुख रेक्टरही प्रशिक्षित आणि अनुभवी महिला नेमलेली आहे.

मुलांचे वसतिगृह

तांत्रिक व कृषिविषयक प्रशिक्षण घेणाऱ्या मुलांसाठी आवश्यक सोयी सुविधांनी युक्त असे वसतिगृह आहे.

शेतकरी निवासगृह

'कृषी विकास प्रतिष्ठान'चे कार्य पाहण्यासाठी राज्याच्या विविध भागांतून सातत्याने शेतकरी वर्गाच्या सहली येतात. काही शेतकरी व महिला अल्पकालीन प्रशिक्षणासाठी येत असतात. त्यांच्या सोयीसाठीही निवासगृहे आहेत.

सामुदायिक विवाह

विवाह समारंभानिमित्त्य अफाट खर्च हे समाजामध्ये प्रतिष्ठेचे लक्षण समजले जाते. त्यामुळे गोरगरीबही कर्ज काढून लग्न समारंभ करण्याचा प्रयत्न करतात. त्यातून वधुपित्याच्या डोक्यावर कर्जाचा डोंगर तयार होतो. आधीच गरिबीची स्थिती असलेल्या या अल्पभूधारकाला आहे ती शेतीही विकण्याची वेळ येते. गरीब आणखी गरिबीच्या गर्तेत जातो, हे टाळण्यासाठी ट्रस्टच्या वतीने सामुदायिक विवाहाचा उपक्रम राबवण्यात येत आहे.

वृद्धाश्रम

आजकाल वृद्धाश्रम ही केवळ शहरी भागाचीच गरज राहिलेली नाही. ग्रामीण भागामध्येही हळूहळू एकत्र कुटुंब पद्धती कमी होत आहे. अशा ठिकाणी वृद्धांच्या भवितव्याचे प्रश्न निर्माण होऊ लागले आहेत. त्याला पर्याय म्हणून शारदानगर येथे वृद्धाश्रमाची स्थापना केली आहे.

आपद्ग्रस्तांना मदत

आपत्ती कोणत्याही वेळी येऊ शकते. उदाहरणार्थ, झोपड्यांना आग लागणे, नदीच्या पुराचा तडाखा, रोगराई या आकस्मिक घटनांमुळे आर्थिकदृष्ट्या दुर्बल असलेले कुटुंब निराधार होतात. अशा प्रसंगी कृषी विकास प्रतिष्ठान मदतीला धावून जाते. अत्यावश्यक वस्तूंचे मोफत वाटपाद्वारे दिलासा देण्याचे काम करते.

कण्हेरीचे हनुमान मंदिर

कण्हेरी येथील समर्थ रामदासांनी प्रतिष्ठापना केलेल्या हनुमानाच्या आराधनेची परंपरा रकरी संप्रदायाचे अध्वर्यू कै. मामासाहेब दांडेकर आणि हभप वै. काळेबुवा यांनी प्रदीर्घ काळ चालवली. या हनुमान मंदिराचा जिर्णोद्धार करावा, ही भक्तांची इच्छा लक्षात घेता जिर्णोद्धारासाठी 'कृषी विकास प्रतिष्ठान'ने पुढाकार घेतला. विविध संस्था आणि दानशूर व्यक्तींच्या देणग्यांच्या साह्याने काम पूर्ण केले. या मंदिरामध्ये ग्रंथालय असून, त्यात हिंदू धर्मासोबत मुस्लीम, शीख, ख्रिश्चन, पारशी या सर्व धर्मांचे पवित्र ग्रंथ ठेवण्यात आले आहेत.

शारदानगरमधील अन्य उपक्रम

कृषिविषयक प्रयोगशाळा

शेतकऱ्यांना माती, पाणी व अन्य तपासणीसाठी जिल्ह्याच्या ठिकाणी जावे लागे. परिणामी शेतकरी असे परीक्षण करण्याचे टाळत. काळाची गरज विचारात घेऊन प्रतिष्ठानने फार्मवर कृषिविषयक प्रयोगशाळा उभारली आहे. त्यात माती, पाणी, खते, पशुखाद्य, पिकांची पाने यांच्या तपासण्या करून, त्यांतील अन्नद्रव्यांचे प्रमाण तपासले जाते. जमिनीची सुपीकता टिकवितानाच उत्पादकतेत वाढ व्हावी, या दृष्टीने योग्य ते सल्ले तज्ज्ञांकडून दिले जातात. हवामानातील वाऱ्याचा वेग, दिवसाचे कमाल व किमान तापमान या नोंदी घेऊन त्या आधारेही शेतकऱ्यांना मार्गदर्शन करण्यात येते.

शिक्षण संकुलातील संयुक्त ग्रंथालय

ज्ञानार्जनामध्ये वाचनाच्या व्यासंगाचे महत्त्व मोठे आहे. त्यातून युवापिढीचे व्यक्तिमत्त्व विकसित होण्यास मदत होते. म्हणून संस्थेने वाचनालयाची उभारणी केली आहे. या ग्रंथालयात शिक्षण संकुलातील विविध विभागासाठी स्वतंत्र दालने असून सर्व विभागाचे संयुक्त ग्रंथालय आहे. या ग्रंथालयात मुलींसाठी अभ्यासिकेचे स्वतंत्र दालन आहे.

जमिनीची सुपीकता

अधिक उत्पादन घेण्याच्या नादात जमिनीचे आरोग्य बिघडत चालले आहे. ही जमिनीच्या सुपीकतेत होणारी घट थांबवण्यासाठी पाडेगांव येथील ऊस संशोधन केंद्राचे सेवानिवृत्त मृद व जीवरसायन शास्त्रज्ञ प्रा. भास्कर वैद्य यांच्या मार्गदर्शनाखाली जमिनीची सुपीकता हा प्रकल्प 'कृषी विकास प्रतिष्ठान'ने फार्मवर सुरू केला होता. त्यामागे फार्मला भेट देणाऱ्या शेतकऱ्यांमध्ये जमीन सुपीकतेबाबत जागरुकता निर्माण व्हावी, हा उद्देश होता. या प्रकल्पामध्ये तुलनात्मक प्रात्यक्षिके घेण्यात येतात.

- पारंपरिक पद्धतीने शेती
- माती परीक्षणाच्या अहवालानुसार अन्नद्रव्ये दिलेली शेती
- केवळ रासायनिक खताचा वापर केलेली शेती
- एकात्मिक खत व्यवस्थापन. उदाहरणार्थ, सेंद्रिय, रासायनिक व जीवाणू खतांचा संतुलित वापर केलेली शेती
- हिरवळीची, पिकांची लागवड, जमिनीची सुपीकता वाढवण्याचे प्रयोग
- द्विदल पिकांची फेरपालट करून अन्नद्रव्यांची उपलब्धता

सुधारित कृषी अवजारांचा वापर

शेतीमध्ये मजुरांच्या उपलब्धतेचा प्रश्न बिकट होत चाललेला आहे. अशा स्थितीमध्ये शेतीचे यांत्रिकीकरण ही काळाची गरज झालेली आहे. 'कृषी विकास प्रतिष्ठान'च्या फार्मवर शेतीयंत्राचे संग्रहालय उभारण्यात आले आहे. संस्थेमार्फत सुधारित यंत्रांच्या प्रात्यक्षिके आयोजित केली जातात. उदाहरणार्थ एका माणसाने चालवावयाची अवजारे, बैल चलित अवजारे, पावर टिलर किंवा ट्रॅक्टरचलित अवजारे.

बंदिस्त शेळीपालन

भारतात १ ते १.५ एकर इतकी अल्प जमीन असणारे शेतकरी मोठ्या प्रमाणात आहेत. अशा शेतकऱ्यांना शेती हा व्यवसाय न परवडणारा ठरतो. अशा वेळी या छोट्या शेतीला पूरक व्यवसायाची जोड दिल्यास त्याच्या कुटुंबांचा उदरनिर्वाह चांगल्या प्रकारे होऊ शकतो. पाण्याची सोय असलेल्या अल्पभूधारकांना 'बंदिस्त शेळी पालन' हा किफायतशीर उद्योग ठरतो. पशुसंवर्धन शास्त्रज्ञांच्या मतानुसार तीस माद्या, अधिक दोन नर यांच्या साह्याने 'बंदिस्त शेळी पालन' करता येते. त्यातून सर्व खर्च वजा जाता त्या शेतकऱ्याला ३० ते ५० हजारांपर्यंतचे उत्पन्न मिळू शकते. या व्यवसायातून घरातील व्यक्तींनाही रोजगार उपलब्ध होऊ शकतो.

संरक्षित शेतीचे विविध प्रकार

संरक्षित शेतीमध्ये प्लॉस्टिक किंवा पॉलिथिन आवरणाखाली नियंत्रित पद्धतीने शेती केली जाते. या हरितगृहांचे फायदे होतात. अर्ध नियंत्रित किंवा पूर्ण नियंत्रित अशा हरितगृहांमध्ये वातावरणातील विविध घटकांवर नियंत्रण ठेवले जाते. त्यात पिकासाठी योग्य आर्द्रता, तापमान ठेवता येते. त्यामुळे बिगर हंगामी पिके घेता येतात रात्री पिकाच्या पानांनी सोडलेला कार्बन डायऑक्साईड हा जड वायू हरितगृहांमध्ये जमिनीलगत साठतो. त्यामुळे बाह्य वातावरणाच्या तुलनेत त्याचे प्रमाण चार ते पाच पट (१२०० ते १५०० पीपीएम) होते. हा वायू सकाळी पिकांची पाने शोषून घेतात. प्रकाश संश्लेषणाचा वेग वाढतो. परिणामी पिकाच्या उत्पादनामध्ये तीन ते पाच पटीने वाढ होते.

हरितगृहांचे प्रकार

- पूर्णतः नियंत्रित व स्वयंचलित हरितगृह
- पाईपचा वापर करून उभारलेले नैसर्गिक वायूविजन असलेले हरितगृह
- स्थानिक उपलब्ध संसाधनांचा, उदाहरणार्थ लाकडे, बांबू यांचा वापर करून तयार केलेली कमी खर्चातील हरितगृहे

निर्यातक्षम काकडी उत्पादन

द्राक्षावरील प्रक्रियेद्वारे वाईन बनवण्याचा 'बारामती ग्रेप इंडस्ट्रिज' हा प्रक्रिया

उद्योग उभारला आहे. कर्नाटकातील 'रेड झेल इंडिया लि.', बेंगळुरू या कंपनीचे सहकार्य घेण्यात आले आहे. या कंपनीच्या साह्याने काकडी (घेरकिन) वर प्रक्रिया केली जाते. शेतकऱ्यांची काकडीही हमीभावाने खरेदी करून या कंपनीमार्फत अन्य देशांना निर्यात केली जाते.

ऊती संवर्धित केळी

वनस्पतीच्या अवयवांच्या पेशींची योग्य माध्यमांमध्ये प्रयोगशाळेत वाढ करून त्यापासून रोपे तयार केली जातात. यासाठी प्रतिष्ठानने जैवतंत्रज्ञानाची प्रयोगशाळा उभारली असून, त्यात केळीची रोपे (टिश्यू कल्चरची केळी) तयार केली जातात. या केळी लागवडीची विविध प्रात्यक्षिकेही घेतली जातात. पारंपरिक पद्धतीने बनवलेल्या रोपांच्या तुलनेत या रोपांचे अनेक फायदे आहेत.

- उत्कृष्ट मातृवृक्षाप्रमाणे हुबेहुब उच्च प्रतीची रोपे मिळतात.
- कोणत्याही हंगामात रोपांची निर्मिती शक्य होते.
- केळीचे पक्व घड काढण्याच्या अगोदर चार महिने वयाची पिल्ले खोडव्यासाठी ठेवणे शक्य होते. त्यामुळे तीन वर्षांत तीन पिके घेता येतात. परंतु पारंपरिक पद्धतीने १८ ते २४ महिन्यांत एकच पीक मिळते.
- ऊती संवर्धित रोपे लावल्याने पिकांचा कालावधी २.५ ते ३ महिन्यांनी कमी होतो.

अळंबी (मशरूम) उत्पादन

अळंबी हा प्रथिनांचा उत्तम स्रोत असून, त्याची मागणी सातत्याने वाढत आहे. या अळंबी उत्पादनाचे तंत्रज्ञान वेगाने विकसित होत आहे. याचे उत्पादन अंधाऱ्या, आर्द्रतापूर्ण खोलीमध्येही करता येते. घरगुती पातळीवर अल्प भांडवलामध्ये घरातील महिलाही याचे उत्पादन घेऊ शकतात. ताजी किंवा वाळवलेली अळंबी या दोन्हीसाठी मोठा ग्राहकवर्ग आहे. त्यामुळे शेतकऱ्यांमध्ये अळंबी उत्पादनाचा प्रसार करण्याच्या उद्देशाने हा प्रकल्प राबवला जातो.

'कृषी विकास प्रतिष्ठान'चा चौथा टप्पा

१६ एप्रिल, २००० रोजी पहाटे कृषिरत्न, डॉ. आप्पासाहेब पवार यांचे बारामती

येथे राहत्या घरी निधन झाले. आजवर त्यांच्याच प्रेरणेतून आणि दूरदृष्टीतून सुरू असलेल्या 'कृषी विकास प्रतिष्ठान'चे चैतन्य हरपले असेच म्हणायला हवे. शरद पवारसाहेबांनी 'कृषी विकास प्रतिष्ठान'च्या अध्यक्षपदी राजेंद्र दिनकर उर्फ आप्पासाहेब पवार यांची निवड केली. नव्या पिढीच्या हाती प्रतिष्ठानची सूत्रे येताच आजवर सुरू असलेल्या कामांना गती देता आवश्यक तिथे मोठी झेप घेण्याच्या दृष्टीने त्यांचे प्रयत्न सुरू झाले. यालाच अर्थशास्त्रज्ञ, डब्ल्यू. डब्ल्यू. रोस्टो (w.w. Rostow) यांच्या अर्थशास्त्रीय आर्थिक विकास प्रारूपातील पाच टप्प्यांतील चौथी उड्डाणावस्था या नावाने ओळखले जाते.

स्वतः राजेंद्र पवार हेही नेहमी प्रगत देशातील शेती पाहण्यासाठी अभ्यास दौरे करत असतात. एकदा डेन्मार्क देशातील कृषी पाहण्यास प्रदर्शन ते गेले. प्रदर्शन ते पाहून ते इतके प्रभावित झाले की, भारतातील शेतकऱ्यांना आंतरराष्ट्रीय पातळीवरील तंत्रज्ञान पोहोचवण्यासाठी या पद्धतीचा वापर करता येईल, हे त्यांच्या लक्षात आले. आज राजेंद्र पवार यांच्या नेतृत्वाखाली बारामतीमध्ये एकशे दहा एकर क्षेत्रावर 'कृषिक' या नावाने प्रात्यक्षिकांसह प्रदर्शन भरवले जाऊ लागले.

सामूहिक कृषी साक्षरता अभियान

'कृषिक' प्रदर्शन म्हणजे 'सामूहिक कृषी साक्षरता अभियान'च होय. त्यात शिक्षण, प्रात्यक्षिक आणि विस्तार कार्य यांचा समावेश असतो. या प्रदर्शनामध्ये विविध पिकांच्या सुधारित बियाणे, पेरणीयंत्र, कीडनाशके, मळणीचे यंत्र आणि शेतीमालावरील प्रक्रिया यांतील आधुनिक तंत्रज्ञानाचा समावेश असतो. व्याख्याने, चर्चासत्रे यांची रेलचेल असते.

सर्वांत महत्त्वाचे असतात, ती प्रतिष्ठानने निर्माण केलेली शेतीची विविध प्रारूपे. प्रक्रिया तंत्रामध्येही वेगवेगळ्या आधुनिक तंत्राचा समावेश असतो. उदाहरणार्थ हरभरा, तूर यांपासून प्रायोजनिक पद्धतीने डाळ तयार करणे, लाकडाच्या घाण्यातून तेल काढणे, विविध फळांवर प्रक्रिया करून रस, जेली, जाम, केचअप, कॅन्डी यांसारखे मूल्यवर्धित व टिकाऊ पदार्थ तयार करणे, अशी दरवर्षी या तंत्रज्ञानामध्ये आणखी काही आधुनिक तंत्रज्ञानाची भर पडत जाते.

या प्रदर्शनामुळे शेळीपालन, कुक्कुटपालन, वराहपालन, बटेरपालन यांचे प्रात्यक्षिक असते. मुक्त संचार गोठा पद्धत, जनावरांच्या आरोग्यासाठी लसीकरण,

चारावृक्ष, मुरघास उत्पादन, पशुखाद्य उत्पादनातील प्रगती यांचा समावेश असतो. उच्चांकी उत्पादन देणाऱ्या गायी, म्हशी, शेळीच्या प्रजाती हा कृषी प्रदर्शनाचा आकर्षणाचा भाग बनतो.

अनेक 'ब्रॅंड'ची निर्मिती

देशीविदेशी फुलांची शेती हा आणखी एक प्रदर्शनातील कौतुकाचा व नयनरम्य भाग असतो. या शेतीमध्ये ऊती संवर्धन, हरितगृहे, डिजिटल ठिबक सिंचन पद्धती यांचा समावेश असतो. मधमाशीपालन हा व्यवसायही अत्यंत महत्त्वाचा उद्योग यात असतो. या प्रदर्शनातून बारामतीमध्ये निर्माण होणारी विविध उत्पादने अनेक लोकांपर्यंत पोहोचतात. त्यातून 'बारामती ॲग्रो पशुखाद्य', 'किसान मार्ट', 'घरपोच शेतीमाल उत्पादन', 'ऑनलाईन विक्री', 'बारामती चिकन फ्रेश' तयार झाले आहेत.

शेतकऱ्यांच्या यशकथा

प्रतिष्ठानमार्फत सातत्याने सुरू असलेल्या कृषी विस्ताराच्या कार्याला आता रसाळ फळे आलेली दिसतात. ती गावोगावी पसरलेल्या अनेक यशकथांतून समोर येते. त्यामुळे सामान्य शेतकऱ्यांमध्ये जीवनामध्ये घडलेल्या बदलातून आपल्याला येथे फिरताना जाणवत राहतात. यांपैकी महत्त्वाच्या अशा ११० शेतकऱ्यांच्या यशकथा 'कृषी विकास प्रतिष्ठान'ने प्रकाशित केल्या आहेत.

खरेतर सर्व ११० शेतकरीही तितक्याच तोलामोलाचे आहेत. विस्ताराच्या भयास्तव केवळ पाच शेतकऱ्यांच्या यशकथा येथे दिल्या आहेत. या पाचपैकी एक प्रातिनिधिक महिला आहे. हे सर्व शेतकरी पूर्वी कृषी विज्ञान केंद्राच्या संपर्कात येण्यापूर्वी पारंपरिक शेतकरी होते. दुष्काळी स्थितीत शेती करताना फायद्यापेक्षा तोटा अधिक ही स्थिती अनुभवत होते. 'कृषी विकास प्रतिष्ठान'च्या किंवा कृषी विज्ञान केंद्राच्या संपर्कात आल्यानंतर एकेक नवे तंत्र, पद्धती शिकत गेले. शेतीमध्ये त्यांचा वापर करून प्रत्यक्षामध्ये फायद्यामध्ये कशी वाढ होते, ते अनुभवले.

आज ते सुधारित बियाणे, पेरणीच्या नव्या पद्धती, सूक्ष्म सिंचन पद्धती, विद्राव्य खते यांचा वापर करून पिकांचे पूर्वीपिक्षा अधिक उत्पादन मिळवत आहेत. काही शेतकऱ्यांच्या उत्पादनांनी तर निर्यातीच्या माध्यमातून परदेशातही झेप घेतली

आहे. त्यांचा स्वतःचा ब्रँड निर्माण करण्यात त्यांना यश आले आहे. एकेका शेतकऱ्यांपासून सुरू झालेली ही क्रांती आता गटांमध्ये परावर्तित होत आहे. काही ठिकाणी तर त्यांनी शेतकरी कंपन्या स्थापन केल्याचे दिसते.

कृषी विज्ञान केंद्राने शेतकऱ्यांचे उत्पन्न दुप्पट करण्याची योजना राबवली होती. त्याचा परिणाम अनेक शेतकऱ्यांचे उत्पादन वाढवण्यामध्ये दिसून आला. त्यांतील काही शेतकऱ्यांच्या यशकथा —

जैविक खतांचा शास्त्रशुद्ध वापर

स्वतः शिक्षिका असलेल्या आदिती यांचे लग्न केमिस्ट असलेल्या दीपक माने यांच्याशी झाल्यानंतर आदिती बारामती येथे आल्या. त्यांची १५ एकर शेती कृषी विज्ञान केंद्रासमोरच होती. सुरुवातीला त्यांचे सासरे पारंपरिक पद्धतीने शेती करत असत. पती केमिस्ट. सासऱ्यांची शेती करण्याची पद्धती आणि त्यापासून मिळणारे उत्पन्न यांचा तपशील खालीलप्रमाणे आहे. (आकडेवारी २०१६-१७मधील आहे.)

तक्ता १ : 'केव्हीके'च्या मार्गदर्शनापूर्वींचे उत्पन्न (२०१६-२०१७)

पीक/ घटक	क्षेत्र (एकर)	एकूण उत्पादन (टन/क्विंटल)	स्थूल एकूण उत्पन्न (रुपये)	निव्वळ उत्पन्न (रुपये)
ऊस	७	३०० टन	९,६०,०००	७.५०.०००
सोयबीन	४	३२ क्विंटल	१,४४,०००	९४.०००
गहू	३	३६ क्विंटल	१,२६.०००	७६,०००
एकूण	१५ (१ एकरात बांध व घर)	-	१२,३०,०००	९,२०,०००

सासऱ्यांना अचानक हृदयरोगाचा झटका आला आणि त्यातच त्यांचे निधन झाले. ते असेपर्यंत शेतीची जबाबदारी आदिती यांच्यावर आली. नोकरी करत

शेती करणे शक्य नसल्याचे काही दिवसांत जाणवले.

शेती की नोकरी असे द्वंद्व निर्माण झाले. त्या वेळी मनाने, शेती असा कौल दिला आणि आदिती या पूर्णवेळ शेतीमध्ये आल्या. हळूहळू त्यांनी शेतीमध्ये लक्ष घातल्यानंतर एकेक समस्या लक्षात येऊ लागली. शेतीतून अधिक उत्पादनाच्या आशेने अधिक रासायनिक खतांचा वापर होत होता. जमिनीचा कस कमी झाला होता. कीडरोगाची कोणतीही माहिती नसल्याने पीक संरक्षणासाठी केवळ दुकानदारांवर अवलंबून निर्णय घेतले जात होते. परिणामी खर्चात वाढ होऊन निव्वळ उत्पन्न फारच कमी मिळत होते.

समोरच असलेल्या 'कृषी विज्ञान केंद्रा'ला मुद्दाम भेट दिली. तेथील श्री. जगदाळे यांनी आधुनिक आणि शास्त्रशुद्ध शेती करण्याविषयी काही मार्गदर्शन केले. काही प्रशिक्षणे घेण्याचा सल्ला दिला. त्या सल्ल्यानुसार हरितगृहातील शेतीचे प्रशिक्षण घेतले. कार्नेशन या परदेशी फुलांची दहा गुंठ्यामध्ये शेती करण्याचा निर्णय घेतला. पुणे येथे फूलबाजार पाहण्यासाठी त्या स्वतः गेल्या. फुलांचे व्यापारी लक्ष्मीनारायण मोहिते यांच्याशी चर्चा केली. हरितगृह उभारून पहिली तीन वर्षे कार्नेशन फुलांचे उत्पादन घेतले. त्यानंतर त्याच दहा गुंठ्यामध्ये रंगीत ढोबळी मिरची उत्पादन घेण्याचा निर्णय घेतला. त्यासाठी 'कृषी विज्ञान केंद्र'ने (केव्हीके) मार्गदर्शन केले. त्यातून चांगले उत्पादन मिळाले. न डगमगता एक महिला शेतकरी करत असलेल्या परिश्रमाबद्दल आणि यशस्वी उत्पादनाबद्दल 'केव्हीके'ने राजेंद्र पवार यांच्या हस्ते त्यांचा सत्कार केला. संरक्षित पाण्यासाठी पाऊण एकर क्षेत्रामध्ये शेततळे केले. आधुनिक शेतीची तत्त्वे शिकल्यामुळे सर्व शेती ठिबक सिंचनाद्वारे करण्याचा प्रयत्न केला.

आता बहुतांश शेतीमध्ये कीडनाशकांच्या फवारणी कमी केली आहे. विषमुक्त भाजीपाला उत्पादन घेतले जाते. रुंद सरी, वरंबा पद्धतीने हरभरा, सोयाबीन उत्पादनाचे प्लॉट 'केव्हीके'कडून तयार करून घेतले. सध्या त्यांच्याकडे सहा शेळ्या, पाच देशी गाई आहे. या पशुपालनासाठीची प्रशिक्षणेही त्यांनी घेतली आहेत. पशूधनाच्या उपलब्ध शेणापासून गांडुळ-खत तयार केले जाते. दरवर्षी माती व पाणी परीक्षण केल्यानंतरच खतांचा वापर केला जातो. बीजप्रक्रियेपासून जैविक खतांचा शास्त्रशुद्ध वापर केला जातो. शेतीभोवती 'सजीव कुंपण' म्हणून नारळ, चिकू, आंबा यासारखी फळझाडे लावली आहेत. कोंबडी पालनाचे प्रशिक्षण घेतल्यानंतर पक्षी संवर्धन सुरू केले. आज या पक्ष्यांची संख्या हजारांच्या घरात गेली आहे. 'केव्हीके'च्या प्रशिक्षण व मार्गदर्शनामुळे उत्पादनामध्ये एकूण उत्पन्नामध्ये भरघोस वाढ झाली. (तक्ता. २)

तक्ता २ : 'केव्हीके'च्या मार्गदर्शनानंतरचे उत्पन्न (२०२०-२१)

पीक/ इतर घटक	क्षेत्र (एकर)	एकूण उत्पादन	स्थूल उत्पन्न (रुपये)	निव्वळ उत्पन्न (रुपये)	उत्पादन खर्च
ऊस	७ एकर	४५०	३,२००	१५,६८,०००	२८००००
सोयाबीन	४ एकर	६० क्विंटल	५५,००	१,१८,०००	१८०००
गहू	३ एकर	४० क्विंटल	८८,०००	५५,०००	३३०००
पॉलीहाउस मधील कार्नेशन फूल उत्पादन	१० गुंठे -	१,६०,००० -	४,८०,००० -	२,००,००० -	
एकूण उत्पन्न		२०,२१,०००			

तक्त्यातील माहितीनुसार, २० लाख २१ हजार रुपये निव्वळ उत्पन्न मिळवत आहेत. त्यातही महत्त्वाचे म्हणजे 'केव्हीके'च्या मार्गदर्शनामुळे उत्पादन खर्चात दोन लाख पन्नास हजार (२,५०,०००) रुपयांची बचत झाली आहे. आपल्या शेतीविषयी बोलताना आदिती म्हणाल्या की, ''आमची शेती आधुनिक होण्यामध्ये 'केव्हीके'चा मोठा वाटा आहे. शेतावरील सर्व कामे ठरलेल्या वेळापत्रकानुसार केली जातात. आज आमची शेती पाहण्यासाठी राज्याच्या विविध भागांतून शेतकरी, विद्यार्थी येत असतात. 'केव्हीके'च्या 'शिवार फेरी'मध्ये आमची शेती दाखवली जाते.

आदिती दीपक माने
वय : ३५, शिक्षण : बीएस्सी
गाव : माळेगाव खुर्द, बारामती, पुणे
शेती क्षेत्र : १५ एकर
संपर्क : ९४२०७२६५३१

एक एकर शेतीही पुरेशी

वडिलांच्या नावे असलेल्या तीन एकर शेतीपैकी चंद्रकांत साळुंखे यांच्या वाट्याला एक एकर जमीन आली. या शेतीला वडिलांच्या विहिरीतून हिश्याप्रमाणे थोडे पाणी मिळते. पण ते कधीही पुरेसे नसल्यामुळे चंद्रकांत यांची शेती पावसाच्या पाण्यावरच अवलंबून आहे. दुष्काळग्रस्त वातावरणामध्ये पारंपरिक हंगामी पिके घेतली जातात. खरिपामध्ये मका, सूर्यफूल, कांदा ही पिके असतात. त्यांनी धाडस करून अध्र्या एकरात सीताफळाची ५० झाडे लावली आहेत. दोन ओळीतील अंतर १७ फूट आहे. दोन झाडांतील अंतर तीन-चार फूट असल्याने मधल्या मोकळ्या जागेत आंतर-पिके घेता येतात. सोबतच सीताफळांच्या झाडांची वेळोवेळी छाटणी करून आकार मर्यादित ठेवला जाते. एका भागात राहते घर असून, घराच्या पुढे-मागे चिकू, सीताफळ, आवळा अशी झाडे लावलेली आहेत. दोन संकरित 'एचएफ' गाई पाळल्या आहेत. 'कृषी विज्ञान केंद्रा'चे मार्गदर्शन मिळण्यापूर्वी त्यांचे उत्पन्न साधारणपणे असे होते. (तक्ता १, कालखंड, २०१६-२०१७ व २०१९-२०२०)

तक्ता १: 'केव्हीके'च्या मार्गदर्शनापूर्वीचे उत्पन्न (२०१९-२०)

पीक / इतर घटक	क्षेत्र (गुंठे)	एकूण उत्पादन (क्विंटल)	स्थूल उत्पन्न (रुपये)	निव्वळ उत्पन्न (रुपये)
मका	१०	८	१०,०००	७,५००
सूर्यफुल	०.५	८	२०,४००	१२,३००
कांदा	१०	२५	४०,०००	३०,०००
सीताफळ	१०	(८० झाडे)	१,२०,०००	
दूध व्यवसाय	दोन हायब्रीड 'एफएच' गाई	सरासरी दूध दररोज १० लिटर दर १७ रु. प्रति लिटर	६१,२००	३१,२००
एकूण			२,५१,६००	८१,०००

२०२०नंतर 'कृषी विज्ञान केंद्रा'च्या मार्गदर्शनामुळे शेती करण्याच्या पद्धतीमध्ये बदल घडून आला. त्यांनी तज्ज्ञांच्या सूचनेनुसार प्रथम माती परीक्षण करून घेतले. सीताफळ लागवडीसाठी (३ x ३ x ३ फूट) आकाराचे खड्डे करून, त्यात कसदार काळी माती आणि कंपोस्ट खताचे मिश्रण भरले. गोल्डन जातीची सीताफळाची रोपे लावली. झाडे जगवण्यासाठी प्रथम सलाईन बाटलीच्या साह्याने पाणी दिले. झाडे मोठी होत असताना ठिबक सिंचन पद्धतीचा वापर केला. त्यासाठी पाण्याची एक टाकी बांधली आहे. विहिरीला पाणी कमी असताना पाणी विकत घेऊन त्यात सोडले जाते. त्यातून ठिबकद्वारे पाणी व खते दिली जातात.

योग्य नियोजनामुळे ६०० ते ७०० ग्रॅम वजनाची सीताफळे मिळतात. ती व्यापाऱ्याला देण्याऐवजी स्थानिक बाजारपेठेत स्वतः विकतो. पुरंदरला गोल्डन जातीच्या सीताफळापासून जाम, जेली तयार केली जाते. भरपूर गर असल्यामुळे मोठ्या आकाराच्या सीताफळांना चांगली मागणी असते. या जातीची सीताफळे चार दिवस टिकतात.

'केव्हीके'च्या मार्गदर्शनानंतरचे उत्पन्न

पीक/घटक	क्षेत्र (एकर)	उत्पादन (क्विंटल)	उत्पन्न (रुपये)	निव्वळ उत्पन्न (रुपये)
कांदा	१ एकर	७०	१,१५,०००	७५,०००
दूध व्यवसाय दोन हायब्रीड 'एफएच' गाई	सरासरी दूध प्रति दिवस १६.५ लिटर	दुधाचा दर २१ रुपये प्रति लिटर	१.२६०००	६०.०००
एकूण	१ एकर		२,४१०००	१,३५,०००

या सीताफळ बागेमध्ये ज्वारी, कांदा, हरभरा अशी आंतरपिके घेतली जातात. सेंद्रिय खतांच्या निर्मितीसाठी 'कृषी विज्ञान केंद्रा'च्या मार्गदर्शनानुसार खड्डा व ढीग अशा दोन्ही पद्धती वापरल्या आहेत. पिकांचे अवशेष, झाडांचा पालापाचोळा हे खड्ड्यात टाकून कुजवले जातात. तर सावलीत जमिनीवर शेण व पालापाचोळा

यांचा ढीग करून दोन खत तयार केले जाते. दुधासाठी दोन एचएफ हायब्रीड गाई सांभाळल्या आहेत. त्यांच्या चाऱ्यासाठी मका हे पीक घेतले जाते. त्यापासून मुरघासही तयार केला जातो. चांगल्या दूध उत्पादनासाठी पशुखाद्य, खनिज मिश्रण यांचाही वापर केला जातो. गायीचे लसीकरण केले जाते. कासदाह टाळण्यासाठी संस्थेद्वारे सुचवलेल्या उपाययोजना केल्या जातात. या सर्व पद्धतीमुळे त्यांच्या उत्पन्नात वाढ झाली आहे.

'कृषी विज्ञान केंद्रा'च्या नवीन तंत्रज्ञानामुळे एकूण उत्पादन खर्चात ४,००० रुपये बचत झाली. चंद्रकांत त्यांची पत्नी मजूर न घेता शेतातील कामे करतात. कांद्याच्या दरामध्ये कायम चढ-उतार होत असते. त्यामुळे त्याचा हमीभाव निश्चित सांगता येत नाही. एका एकरामध्ये एका कुटुंबाचे पालन पोषण होऊ शकते, हेच चंद्रकांत साळुंखे यांच्या उदाहरणातून दिसून येते. अर्थात, 'अशा लहान शेतकऱ्यांनी एकत्र येऊन गटशेती केल्यास उत्पन्नांमध्ये वाढ होऊ शकते आणि शेतकऱ्यांच्या जीवनात स्थैर्य निर्माण होईल', असे मत डॉ. आप्पासाहेब पवार यांनी आपल्या संशोधनातून व्यक्त केले होते.

चंद्रकांत आनंदराव साळुंखे
वय : ४३, शिक्षण : १२ वी
गाव : कारहती, बारामती, पुणे
शेती क्षेत्र : १ एकर
संपर्क : ९८५०१५१५४०

अंजिराचे गाव म्हणून ओळख

समीर डोंबे हे बीटेक (मेकॅनिकल) त्यांनी उच्चशिक्षित असून, एक वर्ष नोकरी केली. त्यानंतर स्वतःची शेती आणि अंजीर प्रक्रिया उद्योग उभारण्याचा ध्यास घेऊन नोकरी सोडली. वडिलोपार्जित अंजीर शेती सोबत अंजीर प्रक्रियेचा प्रारंभ केला. ही उत्पादने बाजारपेठेत थेट ग्राहकांना विकण्यास सुरुवात केली. दरम्यानच्या काळात त्यांचा बारामतीच्या 'कृषी विज्ञान केंद्रा'शी संपर्क आला. त्यांनी माती परीक्षण करून घेऊन खतमात्रा देण्याची शिफारस केली.

तसेच विषमुक्त अंजीर शेती करण्याचा सल्ला दिला. त्यासाठी आवश्यक मार्गदर्शन केले. आवश्यकतेनुसार त्यांनी जैविक कीडनाशकांचा वापर केला. त्यांनी बागेत ठिंबक सिंचन केले. नव्या अंजीर लागवडीसाठी रोपेही 'केव्हीके'तून घेतली. त्यामुळे पुढील व्यवस्थापनासाठी मार्गदर्शन मिळत राहिले.

तक्ता १ : 'केव्हीके'च्या मार्गदर्शनापूर्वीचे उत्पन्न (२०१६-२०१७)

पीक/ इतर घटक	क्षेत्र	उत्पादन (टन)	स्थूल उत्पन्न (रुपये)	निव्वळ उत्पन्न (रुपये)
पुना अंजीर	२.५ एकर	२०	८,५०,०००	५,५०,०००
डोंबे पाटील फूड कंपनी	५ गुंठे	२०	३, ५०,०००	२,००,०००
एकूण			१२,००,०००	७,५०,०००

मुंबई, पुणे या ठिकाणी मॉल आणि थेट ग्राहकांना अंजीराची विक्री सुरू केली. खोर गावाचा दर्जेदार म्हणून अंजिराचा ब्रँड तयार झाला. मात्र अंजीर हे फळ लवकर खराब होते. त्यामुळे ते २४ तासांच्या आत विकावे लागते. स्वतःच्या उत्पादनासह 'सेतक' 'अंजीर' शेतमाल उत्पादन कंपनी स्थापन करण्यात केली.

तक्ता २ : 'केव्हीके'च्या मार्गदर्शनानंतरचे उत्पन्न (२०२०-२०२१)

पीक/ इतर घटक	क्षेत्र	उत्पादन	स्थूल उत्पन्न (रुपये)	निव्वळ उत्पन्न (रुपये)
पुना अंजीर	४.५ एकर	५० टन	२२,००,०००	१८,००,०००
डोंबे पाटील फुड कंपनी	५ गुंठे	५० टन	५,५०,०००	४,००,०००
एकूण			२७,५०,०००	२२,००,०००

समीर यांची सहा एकर अंजीर शेती आहे. एका खोर गावात पाचशे (५०० एकर) एकरावर अंजिराचे शेती केली जाते. 'अंजिराचे गाव' म्हणून

ओळखले जाते. त्यामुळे या अंजिरावरील प्रक्रियेसाठी कंपनी स्थापन करण्याचा निर्णय घेतला. जॅम, जेली, चटणी आणि मुरांबा तयार केला जातो. आज या शेतकरी उत्पादक कंपनीची उलाढाल पाच ते सहा कोटी रुपयांच्या वर आहे.

समीर मोहन डोंबे

वय : ३१ वर्षे, शिक्षण : बीटेक (मेकॅनिकल)

गाव : खोर, दौंड, पुणे

शेती क्षेत्र : ५ एकर

संपर्क : ९५५२४३५००३

विविध पुरस्कारांचे मानकरी

जळगाव के. पी. या गावातील पांडुरंग वाबळे हे पूर्वीपासून दाट पेरणी करून गहू पीक घेत होते. ते पीक ओढ्याच्या पाण्यावर जोपासत असत. ज्वारीचीही परंपरागत शेती करत होते. एकदा ते दुष्काळ छावणीमध्ये असताना कृषी विज्ञान केंद्राच्या (केव्हीके) अधिकाऱ्यांनी भेट दिली. त्यांच्या बोलण्यामुळे ते प्रभावित झाले. कृषी विज्ञान केंद्राकडे आकर्षित झाले. त्यांचे मार्गदर्शन घेऊ लागले.

तक्ता १ : 'केव्हीके'च्या मार्गदर्शनापूर्वीचे उत्पन्न (२०१६)

पीक/ इतर घटक	क्षेत्र (एकर)	उत्पादन (क्विंटल)	उत्पन्न (रुपये)	निव्वळ उत्पन्न (रुपये)
रब्बी ज्वारी	२.०	६	४७,२००	३१,२००
हरभरा	१.०	६.५	२०,४००	१२,३००
कांदा	१.०	०.८	४८,०००	२६,०००
चारा मका	१.०	१२	१६,८००	८,४००
एचएफ गाय	७	१६९९६ लिटर	३,१५,७४९	१,४४,५५६
एकूण			४,४८,१४९	२,२२,४५६

पावसाच्या पाण्यावर बहुतांश शेती अवलंबून होती. नवीन बी-बियाणे वापरू लागले. बीज प्रक्रिया करायला शिकले. दाट पेरणीऐवजी १२ इंच अंतरावर केली जाणारी 'बीबीएफ' पद्धती वापरू लागले. या पद्धतींना सुरुवातीला घरातील लोकांचा विरोध होता, पण जसजसे उत्पादनात वाढ होत गेली तसा तो मावळत गेला. ज्वारीचेही नवे मालदांडी वसुधा जातीचे बियाणे वापरू लागले. त्यांच्या व्यक्तिमत्त्वात सुधारणा झाल्याचे ते स्वतः कबूल करतात. आता त्यांनी शंभर मुलांना एकत्र करून 'शेतकरी मंडळ स्थापन' केले असून, आधुनिक शेती करण्यासाठी प्रोत्साहन देत आहेत.

तक्ता २ : 'केव्हीके'च्या मार्गदर्शनानांतरचे उत्पन्न (२०२०)

पीक/ व्यवसाय	क्षेत्र (एकर)	उत्पादन (क्विंटल)	उत्पन्न (रुपये)	निव्वळ उत्पन्न (रुपये)
रब्बी ज्वारी	२.०	१२	४७,२००	३१,२००
हरभरा	२.०	१०.०	२०,४००	१२,३००
कांदा	१.०	१२.०	४८,०००	२६,०००
चारा मका	१.०	१५	१६,८००	८,४००
पशुधन	एचएफ गायी - ७	२६,५०० लिटर	११,९२,५ ००	४,४४,५५६
एकूण			१३,२४ ,९००	५,२२,४५६

तक्ता-२प्रमाणे पांडुरंग वाबळे दुप्पट उत्पन्न घेत आहेत. या नवीन तंत्रज्ञानाच्या वापरामुळे त्यांच्या उत्पादन खर्चात ४५,००० रुपये बचत झाली आहे.

'कृषी विज्ञान केंद्रा'कडून 'शिवार फेरी'त वाबळेंच्या शेताला हमखास भेट असते. दरवर्षी ४०० ते ५०० शेतकरी भेट देतात. कारण त्यांनी केलेले छोटे छोटे प्रयोग प्रत्यक्ष पाहिल्यानंतर इतरांना विश्वास मिळतो. 'केव्हीके' केंद्राकडून गायींचे लाव्ह्या खुरकत सारख्या रोगांसाठी लसीकरण, गोचिड निर्मूलन, कासदाह टाळण्यासाठी स्प्रेचा वापर, धार काढल्यानंतर निर्जंतुकीकरण बाबी शिकवल्या गेल्या. त्यातील सर्व तंत्राचा वापर वाबळे स्वतः करतात. 'केव्हीके'च्या

मार्गदर्शनाखाली 'मुरघास' (सायलेज) तयार करणारा पहिला शेतकरी म्हणून त्यांच्याकडे पाहिले जाते. १२०० लोकसंख्येच्या गावातील अनेक शेतकऱ्यांनी मुरघास बनवण्याचे तंत्र स्वीकारले आहे. हे गावच आता मुरघासामुळे प्रसिद्ध झाले आहे. या गावातून संकलित होणारे दूध १५ ते १६ हजार लिटरपर्यंत गेले. हे 'श्रेबर डायनामिक्स डेअरी'ला जाते. पणदरे, जळगाव, सुपे ही दुध व्यवसायाची प्रमुख केंद्रे म्हणून उदयास आली आहेत. वाबळे यांना आजवर ८ ते १० पुरस्कार मिळाले असून, त्याच्या शेताला केंद्रीय कृषिमंत्री राधामोहन यांनी भेट दिली आहे. स्वतः शरद पवारसाहेबांनी भेट देऊन त्यांचे अनेकवेळा कौतुक केले आहे.

पांडुरंग मारुतराव वाबळे

वय : ४९, शिक्षण : बीए

गाव : जळगाव के. पी.

शेती क्षेत्र : ५ एकर

संपर्क : ९९ ६० ४३ ९३ ८०

शेतकरी मंडळ स्थापन

प्रल्हाद वरे हे सातत्याने सेंद्रिय व रेसिड्यू फ्री शेती, गट शेती, सामाजिक क्षेत्रात संबंधित संघटनात्मक काम करत आले आहेत. त्यांना पंडित दीनदयाळ उपाध्याय पुरस्कार भारतीय कृषी संशोधन परिषद (ICAR), नवी दिल्ली (२०२०), छत्रपती शिवाजी महाराज गौरव पुरस्कार, मुंबई (२०२०) या महत्त्वाच्या पुरस्कारांसह विविध संस्थांकडून 'कृषी गौरव पुरस्कार', 'स्मार्ट फार्मर्स पुरस्कार', 'मातृभूमी पुरस्कार', 'बारामती गौरव पुरस्कार', 'कृषिरत्न पुरस्कार', 'सर्टिफिकेट्स सेंद्रिय शेती प्रशिक्षण सन्मान' मिळालेला आहे.

कामाची ठळक वैशिष्ट्ये

कृषी विज्ञान केंद्र, बारामती यांच्या सहकार्याने केरळमधील पणन विभागाला आठवड्याला ३० टन कांदा वरे पाठवत होते. नागपूरमधील 'बाबा व्हेजी बॅगी' या निर्यात करणाऱ्या कंपनीला आठवड्याला २० टन कांदा, टोमॅटो व सिमला मिरची

पाठवत. कंपनीसोबत करार करून शेतकरी गटाने ५० ते १०० एकरांत ही पिके लावली होती.

वरे सांगतात, ''आमच्या गावातील जमिनी प्रामुख्याने चोपण व क्षारपड आहेत. २०११पर्यंत ठिबक किंवा तुषार सिंचन संच कोणाकडेही नव्हते.'' २०१२मध्ये मळद गावात भरवलेल्या तज्ज्ञांच्या मार्गदर्शनानंतर शेतकऱ्यांमध्ये त्याविषयी जागृती करण्याचे काम वरे यांनी केले. गावात आज ९० टक्क्यांपेक्षा अधिक शेतकऱ्यांनी ठिबक संच बसवले आहेत. परिणामी पाण्याची बचत झाली आहे. तत्कालिन कृषिमंत्री अनिल बोंडे यांनी वरे यांच्या कार्याचे कौतुक करत त्यांच्या शेताला भेट दिली होती.

- ऊस शेती व भाजीपाला शेतीतील मजुरी खर्चात वाढ कमी करण्यासाठी काय करता येईल, यावर प्रयत्न सुरू केले. उसाला भर लावण्यासाठी मानवचलित एक चाकी यंत्राची माहिती, खुरपणीसाठी छोटा रोटरही उपयोगी ठरू लागला. पूर्वी एक मजूर एका दिवसात साधारण दीड एकरावर हे काम करू शके. तर खुरपणीसाठी एकरी बाराशे ते चौदाशे रुपये खर्च येई. आता यंत्रामुळे हा खर्च केवळ चारशे रुपये येऊ लागला.

- जळगावमधील जैन इरिगेशन कंपनीला ४५ शेतकऱ्यांची सहल गेली होती. तिथे वॉटर हिटरची माहिती मिळाली. पुढील पंधरा दिवसांत २७ शेतकऱ्यांनी वॉटर हिटर हे संयंत्र बसवले.

- शेतकरी गटातील शेतकऱ्यांनी आरोग्याचे महत्त्व ओळखून २७ जणांनी नवीन सायकली खरेदी केल्या.

- सरकारच्या विविध योजनांचा लाभ गावातील बँकेमध्ये शेतकरी, शेतमजूर व विद्यार्थिनींची जनधन योजनेतून खाती उघडण्यासाठी प्रयत्न केले.

- गावात ९० टक्के चोदण व क्षारयुक्त जमीन आहे. त्यातील क्षारांचे प्रमाण कमी करण्यासाठी तीन वर्षांतून एकदा सब-सॉयलर मारणे, ताग, धैंचा यांसारख्या हिरवळीच्या पिकांची लागवड करून ती गाडणे, यांसारखी तंत्रे 'केव्हीके'मुळे शेतकरी राबवू लागले आहेत.

- 'केव्हीके'मुळे सापळा पिके लावून कीडरोगाचा बंदोबस्त शेतकरी करू लागले. उदाहरणार्थ सूत्रकृमीसाठी झेंडू, परोपजीवींना आकर्षित करण्यासाठी बडिशेप, किडींना आकर्षित करणारी मोहरी, परोपजिवी व भक्षकांच्या वास्तव्यासाठी

मका अशा सापळा पिकांचा वापर.

- ट्रायकोडर्माचा वापर सुरू केला आहे.
- शेतकरी कीडीच्या नियंत्रणासाठी 'पक्षी-थांबे' करत आहेत. तसेच मुख्य पिकात जागोजागी चिकट सापळे, सोलर सापळे बसवत आहेत.

प्रल्हाद गुलाबराव वरे

वय : ६० वर्षे, शिक्षण : एफवायबीए

गाव : मळद, बारामती, पुणे.

शेती क्षेत्र : २ हेक्टर २ गुंठे

संपर्क : ९८२२९००९११

कृषी विकास प्रतिष्ठानचे उपक्रम

स्कॉलरशिप

२०२१मध्येच 'कृषी विकास प्रतिष्ठान'ने सुवर्ण महोत्सव साजरा केला. हुशार मुलांमुलींच्या शिक्षणासाठी आर्थिक आडकाठी होऊ नये, यासाठी वेगवेगळ्या शिष्यवृत्ती 'कृषी विकास प्रतिष्ठान'तर्फे दिल्या जातात.

- **पद्म विभूषण डॉ. शरद पवार स्कॉलरशिप :** पदवी आणि पदवीपूर्व शिक्षणासाठी
- **शारदाबाई पवार स्कॉलरशिप :** परिचारिका शिक्षण कार्यक्रमांअंतर्गत विशेषतः दुर्बल घटकातील विद्यार्थिनींच्या उज्ज्वल भविष्यासाठी
- **पद्म श्री डॉ. आप्पासाहेब पवार स्कॉलरशिप :** आंतरराष्ट्रीय दर्जाच्या शिक्षणासाठी विशेषतः नवप्रवर्तक गुणवत्ता असणाऱ्या आर्थिकदृष्ट्या दुर्बल घटकातील विद्यार्थ्यांसाठी
- **कृषी विकास प्रतिष्ठानची सुवर्ण महोत्सवी फेलोशिप :** शिक्षक आणि प्राध्यापकांसाठी

पोलीस भरतीपूर्वी प्रशिक्षण

१९९५पासून महाराष्ट्र शासनाने शासकीय व निमशासकीय नोकऱ्यांमध्ये ३३ टक्के

राखीव जागा स्त्रियांसाठी ठेवण्यात आल्या आहेत. त्यामुळे मुलींना पोलीस व अन्य विभागांमध्ये संधी मिळू लागली. यासाठी संस्थेने २००६पासून पोलिस भरतीपूर्वी प्रशिक्षण (प्री-रिक्रुटमेंट ट्रेनिंग) देण्याच्या उद्देशाने सुरुवात केली. या प्रशिक्षणामुळे ५८८ मुली पोलीसखात्यात भरती झाल्या आहेत.

खेळाडू निर्माण करण्यासाठी प्रयत्न

आजकाल खेळाडू म्हणूनही करिअर करण्यासाठी विद्यार्थी पुढे येत आहेत. मुलांमधील कौशल्ये ओळखून प्रशिक्षण देण्यासाठीही संस्था सातत्याने प्रयत्न करते. क्रीडांगणावरील खेळासोबत अंतर्गत खेळांसाठीही सुविधा विकसित केल्या आहे. त्यामुळे कुस्ती, कॅरम बोर्ड, क्रिकेट, खो-खो, स्केटिंग, योगा आणि कराटे यांमध्ये विद्यार्थी राज्य, राष्ट्रीय आणि आंतरराष्ट्रीय पातळीपर्यंत चमकत आहेत.

शारदा ट्रेकिंग क्लब - डोंगर, किल्ले यांच्यावर चढाई करण्याच्या साहसी, कष्टप्रद प्रकाराच्या प्रसारासाठी २००७मध्ये शारदा ट्रेकिंग क्लबची स्थापना करण्यात आली. त्यामार्फत पश्चिम घाट, सह्याद्री, उत्तरांचल प्रदेश आणि जंगल सफारी प्रतिष्ठानतर्फे आयोजित केल्या जातात. ६०० पर्यटन तज्ज्ञांच्या मार्गदर्शनाखाली आयोजित केलेल्या सहलींचा लाभ १५,७३२ विद्यार्थ्यांनी घेतला आहे.

कर्मवीर योजना

१९९९पासून सुरू करण्यात आलेल्या 'कर्मवीर योजने'मध्ये दारिद्र्यरेषेखालील अथवा वडिलांचे निधन झालेल्या, परंतु खेळ किंवा कला यांमध्ये प्रावीण्य मिळवलेल्या विद्यार्थ्यांना मोफत शिक्षण, जेवण आणि राहणे या सुविधा पुरवल्या जातात. आजवर १,२३५ विद्यार्थ्यांनी या योजनेचा लाभ घेतला आहे.

परिवर्तन व्याख्यानमाला

परिवर्तन व्याख्यानमाला म्हणजे प्रेरणादायी व्याख्यानमाला कृषी विकास प्रतिष्ठान आणि वरदा कलामंच यांच्या विद्यमाने परिवर्तन व्याख्यानमाला आयोजित केली जाते. समाजाच्या शिक्षण, शेती, आरोग्य, पर्यटन, खेळ, कायदा, सामाजिक कार्य, नाट्य, साहित्य अशा विविध क्षेत्रातील तज्ज्ञ व्यक्तींना वक्ते म्हणून बोलविले जाते. २०२०पर्यंत १०४ व्याख्याने आयोजित केली आहेत.

शारदा महिला संघ

महिलांच्या सामाजिक आणि आर्थिक सशक्त करण्यासाठी 'कृषी विकास प्रतिष्ठान' एक विश्वस्त सुनंदा पवार यांनी पुढाकार घेतला. त्यांनी २००६मध्ये शारदा महिला संघ स्थापन केला. त्यामध्ये बारामती विभागातील १३-१३ महिलांचे स्वयंसाहाय्यता गट स्थापन करून त्यांच्या आर्थिक व उद्योजकीय प्रशिक्षणाची सोय केली. त्यातील बहुतांश महिला गट आता लोणचे, पापड, रेशीम उद्योग, मेणबत्त्या तयार करणे, यांसारखे उद्योग करत आहेत. प्रारंभी केवळ १४ स्वयंसाहाय्यता गट होते, त्यांची ती संख्या आता ६००पर्यंत पोहोचली आहे.

शारदा महिला संघाकडून विविध गोष्टींचे प्रशिक्षण दिले जाते. त्यातील 'भीमथडी जत्रा'सारखे प्रयोग महाराष्ट्रभर नावारूपाला आले आहेत.

- स्वर्णजयंती रोजगार योजना
- भीमथडी जत्रा
- नाबार्ड प्रशिक्षण
- स्वयंसाहाय्यता व्यवसाय या विषयांचे प्रशिक्षण दिले जाते

भीमथडी जत्रा

मा. शरदचंद्र पवार आणि डॉ. आप्पासाहेब पवार या दोघांचेही ज्या समाजातील स्त्रिया शिक्षित त्याच समाजाचा विकास होतो, असे ठाम मत आहे. महिलांसोबत काम करण्याचा निर्णय घेण्यात आला, त्यावेळी सुप्रिया सुळे आणि सुनंदाताई पवार यांनी स्त्रियांचे गृहकौशल्य ओळखून त्याला प्रशिक्षणाची जोड दिली. त्यांच्या स्वयंपाक, शिवणकाम करणे, उन्हाळी कामे उदाहरणार्थ लोणचे, पापड व चटणी करणे यांना गृहउद्योगाचे स्वरूप देण्यात आले. त्यांच्या उत्पादनांना बाजारपेठ मिळावी, यासाठी २००६मध्ये 'भीमथडी जत्रे'चे पुण्यामध्ये आयोजन केले. त्यातून ग्रामीण महिलांना व्यापक बाजारपेठ मिळत असल्याचे दिसून आले.

भीमा नदीच्या काठावरील प्रांत म्हणजे भीमथडी! या प्रदेशाला ऐतिहासिक महत्त्व आहे. या भागाने वेगवेगळ्या शाह्या आणि मुघल राजवटही पाहिली. या पट्ट्यामध्ये शिवाजी महाराजांचे हिंदवी स्वराज्य उभे राहिले. हा भाग 'चिंकारा' जातीच्या हरणासाठी प्रसिद्ध होता. पेशवेकालीन अनेक खेड्यांमध्ये भीमा

नदीच्या काठावर बाजार भरत असे. पुढे पुढे त्याला जत्रेचे स्वरूप आले. हे नाव आपल्या महिलांच्या उत्पादन विक्रीसाठीच्या जत्रेला निवडण्यात आले. पुण्यातील कृषी महाविद्यालयाच्या क्रीडांगणावर ते भरू लागले. सुरुवातीला केवळ १० स्वयंसाहाय्यता गट सहभागी झाले. जत्रेमध्ये २५६ स्टॉल होते. त्यासह कलाकारांच्या राहण्याची व जेवणाची व्यवस्थाही मोफत केली गेली. हिंदी, मराठी सिनेसृष्टीच्या वलयांकित लोकांना आणून ग्राहकांनाही आकर्षित करण्यात आले. भीमथडी जत्रेतील वस्तूंचा ब्रँड तयार झाला. आता 'भीमथडी'ची उलाढाल कोटींची उड्डाणे घेत आहे. केवळ महाराष्ट्रच नव्हे, तर अन्य राज्यातील महिलांचे गटही यात सामील होऊ लागले आहेत. हेच भीमथडी जत्रेचे यश मानावे लागेल.

'सोबती' : स्त्री आरोग्य जागृती अभियान

महिलांच्या सशक्तीकरणासोबतच महिलांच्या आरोग्याबाबतही 'कृषी विकास प्रतिष्ठान' काम सुरू केले. विशेषतः मासिक पाळीच्या काळातील आरोग्याबाबत जागरूकतेसाठी सुनंदाताईंच्या नेतृत्वाखाली शारदा महिला संघाने महिला आरोग्य तपासणी कॅम्प घेतले. त्यांच्यातील सामाजिक कारणे, अंधश्रद्धा कमी करून व्यावहारिक दृष्टिकोन निर्माण करण्याचा प्रयत्न सुरू केला गेला. या अभियानामध्ये ग्रामीण स्त्रियांबरोबर महाविद्यालयीन आणि शालेय विद्यार्थिनींचाही समावेश करण्यात आला. मुली, महिलांसाठी सॅनिटरी नॅपकिन कसे वापरावेत, याचे प्रशिक्षण देण्यात येऊ लागले. ते स्वस्तामध्ये उपलब्ध करण्यासाठी कृषी विकास प्रतिष्ठानकडून पर्यावरण स्नेही नॅपकिनचे उत्पादन युनिट बारामती येथे सुरू केले गेले. सध्या 'सोबती कार्यक्रम' पुणे, सातारा, कर्जत आणि जामखेड येथील गावोगावी आठवी इयत्तेच्या मुलींसाठी स्त्रियांसाठी, राबवला जात आहे. नवीन मशीनच्या उभारणीमुळे हा स्वस्त नॅपकिन संपूर्ण पुणे जिल्ह्यात सवलतीच्या दरामध्ये पुरवले जातात.

महिलांच्या आरोग्यामध्ये डोळ्यांचे आरोग्यही महत्त्वाचे आहे. त्यासाठी जाणीव जागृती शिबिरासोबतच सुनंदाताई पवार यांच्या नेतृत्वाखाली सर्वसाधारण महाआरोग्य तपासणी शिबिर, नेत्रबिंदू शस्त्रक्रिया शिबिर, स्वाइन फ्लू, पोलिओ प्रतिबंधक लस टोचणे शिबिर, कॅन्सर तपासणी शिबिर आयोजित केले जात आहेत. या अभियानाचे जाळे राज्यातील पुणे, नगर, सोलापूर, सातारा, जालना,

उस्मानाबाद, रत्नागिरी, मुंबई, बुलढाणा, जळगाव, नाशिक, सांगली, अमरावती, औरंगाबाद अशा जिल्ह्यांतील ग्रामीण भागापर्यंत विणले गेले आहे.

मुलींसाठी सायकल योजना

ग्रामीण भागामध्ये वाड्या-वस्त्यांपासून गाव आणि शाळा दूर असतात. दारिद्र्य रेषेखालील कुटुंबातील मुलींना सुरक्षित व वेगवान प्रवासासाठी सायकली पुरवण्याची योजना राबवण्यात आली. त्यामुळे मुलींच्या शिक्षणाचे प्रमाण वाढले. त्यांची शाळेतील हजेरी वाढली. या मुलींचे शिक्षण पूर्ण झाल्यानंतर तीच सायकल अन्य गरीब मुलींना दिली जाते. या सायकल योजनेमुळे मुलींच्या अभ्यासात १८ टक्के वाढ झाली आहे, त्यांची शालेय हजेरी २५ टक्क्यांनी वाढली.

जलसंवर्धन समृद्ध गाव

पाणी म्हणजेच जीवन. त्यावरच शेतीची समृद्धी अवलंबून असते, हे लक्षात घेऊन जलसंवर्धन समृद्ध गाव हा उपक्रम कोणत्याही राजकीय हेतूशिवाय आसपासच्या एक्काव‍न्न खेड्यांतून राबवला जात आहे. त्यात विविध संस्था, संघटनांना एका व्यासपीठावर आणून जलस्रोतांसंदर्भात कार्यक्रम राबवले जाते. उदाहरणार्थ तलावातील कचरा, गाळ काढणे, स्वयंसाहाय्यता गटांना मदत करणे, लोकसहभागातून जलसंवर्धन, जमीन सपाटीकरण, वृक्ष लागवड, सांडपाण्याचे गटार साफ करणे अशी कामे केली जातात. या जलसंवर्धन योजनेमुळे भूजल पातळीत वाढ होत आहे. विहिरीचे, बोअरवेलचे पुनरुज्जीवन होत आहे. पिण्याच्या पाण्याचा प्रश्न मिटण्यास मदत होत आहे.

२०१९पर्यंत जलसंवर्धन योजनेमुळे ४.१२ लाख क्युबिक मीटर पाणी बारामती तालुक्यातील १२ खेड्यांमध्ये वाढले आहे. एकेकाळी टँकरने पाणीपुरवठा कराव्या लागणाऱ्या खेड्यांसाठी ही योजना चांगलीच वरदान ठरली आहे.

कृषी विज्ञान केंद्र

दिल्ली येथील भारतीय कृषी संशोधन परिषद (आयसीएआर) संलग्नता आणि मान्यता मिळाल्यानंतर बारामती येथे 'कृषी विज्ञान केंद्रा'ची स्थापना १ ऑगस्ट, १९९२ रोजी झाली. १९९२ ते २००६पर्यंत कृषी विज्ञान केंद्राचे कार्यक्षेत्र संपूर्ण पुणे जिल्ह्यात होते. परंतु पुणे जिल्ह्यामध्ये नवीन कृषी विज्ञान केंद्राची स्थापना झाल्यानंतर बारामती कृषी विज्ञान केंद्राचे कार्यक्षेत्र सात तालुक्यांपुरते मर्यादित राहिले आहे.

सध्या बारामतीचे कृषी विज्ञान केंद्राचे एक प्रारूप (मॉडेल) म्हणून विकसित झाले आहे. आतापर्यंतच्या तीस (३० वर्षे) वर्षांच्या कालावधीत शेतीच्या

शाश्वत विकासासाठी हायटेक मॉडेल आणि राष्ट्रीय पुरस्कार विजेते म्हणून कृषी क्षेत्रासाठी बारामती कृषी विज्ञान केंद्राने (केव्हीके - KVK) लौकिक प्राप्त केलेला आहे. कृषी संशोधने आणि शिफारशी यांचा विस्तार शेतकऱ्यांपर्यंत करण्याचे काम 'केव्हीके' करत आहे.

कृषी विज्ञान केंद्रामधून कृषी संशोधन संस्था आणि कृषी विद्यापीठातून झालेले तंत्रज्ञानविषयक संशोधनाचे हस्तांतरण शेतकऱ्यांच्या शिवारापर्यंत करणे, विस्ताराचा कालावधी कमी करणे, शेतकऱ्यांच्या उत्पादनात वाढ करणे, शेतीची उत्पादकता वाढवणे आणि उत्पन्नात वाढ करणे, अशी काही प्रमुख ध्येय कृषी विज्ञान केंद्रांची आहेत.

कृषी विज्ञान केंद्राची कार्यात्मक उद्दिष्टे

- **पाहणी करणे :** सहभागी ग्रामीण मूल्यमापन पद्धतीनुसार कार्यक्षेत्रात केल्या जाणाऱ्या कामांचे नियोजन करणे, पाहणी करणे.

- **माहिती गोळा करणे :** एखाद्या जिल्ह्यासाठी अभ्यासपूर्ण शिफारशीनुसार विशिष्ट लक्ष्य ठेवून आवश्यक ती माहिती गोळा करणे, संकलन करणे. त्यांचा अर्थपूर्ण प्रशिक्षण कार्यक्रमामध्ये वापर करणे आणि विस्तार अंमलबजावणी कामांचा आढावा घेणे.

- **नियोजन आणि उत्पादन वाढ :** ग्रामीण भागाची गरज लक्षात घेऊन दीर्घकालीन उत्पादनाभिमुख प्रशिक्षण कार्यक्रमांची आखणी करणे. त्यासाठी कृषी विज्ञान केंद्राच्या कॅम्पसमध्ये आणि खेड्यामध्ये वेगवेगळ्या लक्ष्य केंद्रित समूहांचे, विशेषतः दारिद्र्यरेषेखालील समुदायासाठी प्राधान्य देऊन प्रशिक्षण कार्यक्रमांची अंमलबजावणी करणे.

- **कृषी विज्ञान संघ अथवा संघटनांची स्थापना :** विशेषतः ग्रामीण भागातील तरुणांवर कृषीविषयक संस्कार करण्यासाठी कृषी विज्ञान संघ (क्लब) स्थापन करणे. व्यक्ती अथवा गट यांच्यामध्ये शेतीविषयक शास्त्रीय दृष्टिकोन निर्माण करणे, शेती आणि पूरक व्यवसायासंदर्भात विशेष आवड निर्माण करण्यासाठी काही कार्यक्रमांची अंमलबजावणी करणे.

- **केंद्रातील कृषी विकास आणि उपक्रमशीलतेमध्ये सातत्य :** शास्त्रीय दृष्टिकोन विकसित करून, त्यांना प्रात्यक्षिक दाखवून प्रशिक्षणार्थींना कामांचा

अनुभव देणे. अद्ययावत तंत्रज्ञानाचा प्रसार करत त्यांना आर्थिक पाठबळ कसे मिळेल, हे पाहताना भविष्यातील दीर्घकालीन उपक्रमांचा विचार करणे.

- **व्यावहारिक प्रशिक्षणाच्या सोयी :** उच्च माध्यमिक व्यावहारिक शेती शिक्षण घेणाऱ्या विद्यार्थ्यांना आणि कृषी विज्ञान केंद्राच्या शिक्षकांना प्रॅक्टिकल प्रात्यक्षिकांसह प्रशिक्षणाच्या सोयी पुरवणे.

- **अधिकाधिक प्रशिक्षण सोयी :** निश्चित केलेल्या कार्यक्षेत्रातील ग्रामीण समाजातील तरुण-तरुणींना प्रशिक्षणाद्वारे घरगुती उत्पादन आणि पोषणमूल्य पदार्थांचे शिक्षण देणे. त्यानंतर त्याचा विस्तार वाढवत त्यामध्ये ग्रामीण कारागिरांचा घरगुती लघुउद्योगांमध्ये समावेश करणे. एकत्रित ग्रामीण विकास करणाऱ्या इतर संस्थेच्या सहयोगाने ध्येय धोरण आखून विकास करणे.

- **'आयसीएआर'च्या योजनांची अंमलबजावणी :** कृषी विज्ञान केंद्रामार्फत 'आयसीएआर'च्या योजनांची आणि त्याबरोबर या संदर्भात कार्य करणाऱ्या इतर संस्थांच्या योजनांची अंमलबजावणी करणे. प्रशिक्षणार्थींचे बळ वाढवणे, तंत्रज्ञानाचा प्रसार करणे आणि त्यांची अंमलबजावणी करत आढावा घेणे.

- **अत्याधुनिक तंत्रज्ञानाच्या चाचण्या :** शेती आणि शेती संबंधित उद्योगांच्या विकासासाठी राष्ट्रीय शेती संशोधनाच्या प्रणाली (National Agriculture Research System - NARS) विकसित केलेला त्या संदर्भातील अडथळे दूर करून योग्य अशा चाचण्या प्रत्यक्ष शेतावर घेणे.

- **विविध तंत्रज्ञानाचे प्रदर्शन :** वेगवेगळ्या परिस्थितीतील साधनसामग्रींच्या निरनिराळ्या संभाव्य क्षमता लक्षात घेऊन त्या क्षेत्रातील उत्पादन वाढीसाठी त्यांची शिफारस करणे. त्यांचे प्रदर्शन घडवून आणणे. विकासाच्या प्रत्येक टप्प्यावर नियोजनात, अंमलबजावणीत, कार्यक्रम राबवीताना, मूल्यमापन करताना सहभागी दृष्टिकोन अंगीकारणे.

तंत्रज्ञानाचे मूल्यमापन

- **प्रत्यक्ष शेतावरील चाचण्या :** वेगवेगळ्या शेती पद्धतीमध्ये योग्य ठरतील, अशा कृषी तंत्रज्ञानाच्या चाचण्या घेऊन, ते तंत्रज्ञान त्या विशिष्ट परिस्थितीसाठी योग्य असल्याचे तपासले जाते.

- **शेतकऱ्यांच्या शेतावर प्रात्यक्षिके :** चाचण्यांमध्ये फायदेशीर ठरतील,

अशा तंत्रज्ञानाच्या चाचण्या शेतकऱ्यांच्या शेतावर घेणे व त्यातील सर्वोकृष्ट तंत्रज्ञानाचा प्रसार करणे.

- अद्यायावत तंत्रज्ञानाचे ज्ञान व कौशल्याबाबत आधुनिक शेती फार्मवर प्रशिक्षण देणे.
- विस्तार कार्य अधिक उत्तम करणे शक्य व्हावे, यासाठी अधिकारीवर्गाला प्रशिक्षित करणे.
- 'केव्हीके'चे रूपांतर हे कृषी ज्ञानाचा स्रोत आणि साधनसामग्री केंद्रामध्ये करणे. जिल्ह्यातील शासकीय, खासगी आणि स्वयंसेवी संस्थांना आधारात्मक कार्य करणे.
- तंत्रज्ञान प्रसाराचा वेग वाढवणे.

सर्वोत्कृष्टतेतील एकमेवत्व

- मानवीशक्ती आणि साधनसामग्री स्रोत विकसित करणे.
- स्थानिक गरजा पुऱ्या करणाऱ्या तंत्रज्ञानाची निश्चिती करणे.
- सर्वोत्कृष्ट तंत्रज्ञानाचे सर्वांसाठी प्रदर्शन करणे.
- लाभार्थी शेतकऱ्यांच्या क्षमतांमध्ये वाढ करणे.

'कृषी विज्ञान केंद्रा'ला मिळालेले यश

नवप्रवर्तक विस्तार कार्ये : विस्तार कार्यासाठी वेगवेगळ्या नवप्रवर्तक पद्धती आणि साधनांचा वापर करण्यामध्ये 'केव्हीके'ने नेहमीच पुढाकार घेतला आहे. मोबाईलमधील एसएमएसद्वारे शेतकऱ्यांपर्यंत हवामान अंदाज, शेतीमालाचे दर, कृषी सल्ला, प्रशिक्षणाविषयी माहिती पोहोचवली जाते. 'शारदा कृषी वाहिनी' हे कम्युनिटी रेडिओ केंद्र चालवले जाते. हे परिसरातील माहितीचे देवाण-घेवाण करणारे रेडिओ केंद्र ठरले आहे.

केंद्रामध्ये शेतकऱ्यांना आपल्या पिकातील कीडरोग आणि जनावरांतील आजारांची माहिती उपलब्ध होण्यासाठी 'टच स्क्रीन किऑस्क' (पडदा स्पर्श साधन) बसवले आहे. त्यावर या किडीरोगाच्या माहितीसोबतच त्यांच्या नियंत्रणासाठी माहिती व शिफारशी सूचवल्या जातात.

कृषी ज्ञानाच्या प्रसार आणि विस्तारासाठी वेगवेगळ्या नावीन्यपूर्ण पद्धतींचा

अवलंब केला जातो. उदाहरणार्थ तंत्रज्ञान सप्ताह, किसान मेळावा, अभ्यास सहली, शिवार फेरी, रेडिओ चर्चा, परिसंवाद, माहिती पत्रके इत्यादी.

शिक्षण : हैदराबाद येथील 'नॅशनल इन्स्टिट्युट ऑफ ऑग्रिकल्चरल एक्स्टेंशन मॅनेजमेंट' (MANAGE) संस्थेच्या सहयोगाने २००६मध्ये 'ऑग्री क्लिनिक' आणि 'ऑग्री बिझनेस प्रशिक्षण केंद्र' सुरू करण्यात आले आहे.

या दोन महिन्यांच्या संपूर्ण रहिवाशी प्रशिक्षणासाठी कृषी पदवीधरप्राप्त विद्यार्थी पात्र ठरतात. या प्रशिक्षणार्थी तरुणांकडून प्रशिक्षणाच्या नोंदणीसाठी ५०० रुपये इतकीच फी घेतली जाते. या मुलांची निवासाची, जेवणाची मोफत सोय असते. या मुलांनी कृषीविषयक शिक्षण घेतलेले असल्याने त्यांनी ग्रामीण भागामध्ये स्वतःचा कृषी व कृषीपूरक व्यवसाय उद्योग करावा, हा उद्देश आहे. विशेषतः सामान्य शेतकऱ्यांपर्यंत कृषी तंत्रज्ञानाच्या प्रसारासाठी विस्तार कार्यामध्ये त्यांनी पुढाकार घ्यावा, असा उद्देश आहे. प्रशिक्षणानंतर वीस लाखांपर्यंतचे प्रकल्प उभारण्यासाठी कर्ज मिळू शकते. तसा प्रकल्प अहवाल तयार करून संबंधित बँकेकडे जमा करायचा असतो. या प्रशिक्षणार्थींना एकूण प्रकल्प खर्चाच्या ३६ टक्क्यांपर्यंत अनुदान नाबार्डकडून मिळते.

कृषी विज्ञान केंद्राने २०१३पर्यंत १६ प्रशिक्षण कार्यक्रम आयोजित केले आहेत. या प्रशिक्षण कार्यक्रमामध्ये ४४८ विद्यार्थ्यांना प्रशिक्षण दिले. त्यांपैकी १७८ प्रशिक्षित विद्यार्थ्यांनी स्वतःचा उद्योग सुरू केला आहे.

रोपवाटिका प्रशिक्षण

२००३पासून कृषी विज्ञान केंद्रामार्फत 'राष्ट्रीय फलोत्पादन मिशन' (नॅशनल हार्टिकल्चर मिशन)च्या योजनेनुसार रोपवाटिका व्यवस्थापनाचा सहा महिन्यांचा कोर्स नियमितपणे आयोजित केला जात आहे. आजतागायत २३४ प्रशिक्षणार्थींनी प्रशिक्षण घेतले आहे. त्यांपैकी काहींनी स्वतःचा रोपवाटिका उद्योग सुरू केला असून, त्यांना कायमस्वरूपी रोजगार मिळाला आहे.

- **प्रशिक्षण :** सर्वसाधारणपणे 'कृषी विज्ञान केंद्र' १०० ते १२० गरजेनुसार प्रशिक्षण कार्यक्रम शेतकऱ्यांसाठी आयोजित करत असते. त्यामध्ये स्त्रिया, ग्रामीण, तरुण आणि विस्तार अधिकारी यांचा समावेश असतो. त्यांपैकी ५० टक्के दीर्घ कालावधीचे प्रशिक्षण कार्यक्रम असतात. त्यासाठी कृषी विज्ञान

केंद्राने लॅपटॉप, टॅब यांसारख्या दृक्श्राव्य साधनांद्वारे शेतकऱ्यांना शिकता यावे, यासाठी ऑडिओ, व्हिडिओ, चित्रफिती तयार केल्या आहेत. त्यांतून विविध प्रशिक्षणे सर्वसामान्य शेतकऱ्यांना घेता येतात.

सिंचनासाठी स्वयंचलित सयंत्रे

'कृषी विज्ञान केंद्रा'च्या शेतावर संगणीकृत जलसिंचन आणि खत व्यवस्थापन स्वयंचलित यंत्रणा बसवण्यात आली आहे. यात नियंत्रक, संगणक, मोटार पंप, खतपुरवठा मशीन, वाळू फिल्टर, डिस्क फिल्टर, स्वयंचलित (ऑटोमॅटिक) सॅन्ड फिल्टर, स्वयंचलित वॉल्व असे अनेक घटकांचा समावेश होतो. यामुळे संस्थेच्या शेतीमध्ये सिंचनाचे काम सोपे झाले आहे. ही यंत्रणा शेतकऱ्यांना प्रशिक्षण आणि प्रात्यक्षिकांसाठी उपयोगी ठरते. या प्रणालीमुळे पाणी, वीज आणि मनुष्यबळ यांची बचत होते.

आधुनिक शेती अवजारे

'कृषी विज्ञान केंद्रा'मध्ये अनेक ट्रॅक्टरचलित शेती-अवजारे तसेच बैलचलित यंत्रे उपलब्ध आहेत. ही यंत्रे शेतकऱ्यांना भाड्याने दिली जातात.

पीक आरोग्य प्रयोगशाळा

कृषी विज्ञान केंद्राच्या प्रयोगशाळेकडून 'ना नफा, ना तोटा' तत्त्वावर अनेक (बायालॉजिकल) जैविक उत्पादनांचा पुरवठा केला जातो. उदाहरणार्थ (बायो फर्टिलायझर्स) जैविक खते, (बायो पेस्टिसाईडस्) जैविक कीडनाशके इत्यादी.

- **रोप आरोग्य केंद्र :** शेतकरी या रोप आरोग्य केंद्रामध्ये (प्लॅन्ट हेल्थ क्लिनिक) विविध रोगग्रस्त पिके घेऊन येतात. अशा कीडग्रस्त अथवा रोगग्रस्त रोपांचा, पिकांचा अभ्यास करून त्यावर पर्यावरणपूरक मार्गदर्शन केले जाते.

रोपवाटिका

कृषी विज्ञान केंद्राने ०.४० हेक्टर क्षेत्रावर शासनमान्य रोपवाटिका विकसित केली आहे. त्यामध्ये निरनिराळ्या फळांची कलमांची विक्री केली जाते. उदाहरणार्थ पेरू, चिक्कू, आंबा इत्यादी.

गेल्या ५ वर्षांत कृषी विज्ञान केंद्राने पुरवठा केलेल्या कलमी रोपांचा आणि लाभार्थी शेतकऱ्यांचा तक्ता दिलेला आहे.

तक्ता : कलमी रोपे आणि लाभार्थी शेतकरी

रोपे	पुरवठाक्षेत्र (एकर)	शेतकरी	संख्या
पेरू	३०६७४५	७५८९.४०	९१०३
आंबा	२९६९२४	६४५२	६७४८
डाळिंब	४२६२४	१५३३	१७४
कागदी लिंबू	१४७९६	३६.६०	१०१
आवळा	५५५६०	७३४	४७९
नारळ	५११४१	९८३	९२४
चिंच	६४८७४	१६०३	८७६
सीताफळ	३२३१०५	२११०	१७१४
जांभूळ	२९८४८	७४३.३४	४९९
मोसंबी	९७८६	९१.४२	६३
नागपूर संत्री	३४७७	३८.३	२३
ड्रगन फ्रुट	१८२२	२९	२४
अंजीर	३७११५	१४७	११८

'राष्ट्रीय फलोत्पादन मिशन' (नॅशनल हॉर्टिकल्चर मिशन)कडून मान्यताप्राप्त रोपवाटिकेला त्यांचे '५ स्टार' रेटिंग मिळाले आहे.

फळप्रक्रिया विभाग

फळबाग योजनेतून फळबागांची संख्या वाढली असून, वेगवेगळ्या फळांच्या उत्पादनामध्ये मोठी वाढ झालेली दिसते. या वाढत असलेल्या शेतीमालाच्या उत्पादनाचे मूल्यवर्धन करण्यावर भर दिला जात आहे. त्यातून ग्रामीण भागातील तरुणांमधून उद्योजक निर्माण करण्याचा उद्देश आहे. विस्तार कार्यामध्ये सहभागी अधिकाऱ्यांना अद्ययावत प्रशिक्षण दिले जाते.

कृषी विज्ञान केंद्राकडून १६ शिक्षण कार्यक्रम आयोजित करण्यात आले आहेत. त्याचा ३४७ प्रशिक्षणार्थींना लाभ मिळाला. प्रशिक्षण काळात फळे आणि भाजीपाला उत्पादनावर मूल्यवर्धनासाठी प्रक्रिया केलेले विविध पदार्थ निर्माण करण्याचे प्रशिक्षण देण्यात आले आहे. उदाहरणार्थ अनोमा कँडी, टोमॅटो, कॅचअप, टोमॅटो सॉस, मिक्स फ्रूट जॅम, लोणचे, स्क्वॅश, सिरप इत्यादी.

प्रशिक्षणासाठी फळ प्रक्रिया उद्योगांसाठी अद्ययावत यंत्रसामुग्रीविषयी माहिती दिली जाते. उदाहरणार्थ, पल्पर (लगदा तयार करणारे यंत्र), ग्राइंडर (दळणारे, बारीक कण करणारे यंत्र), हॉट एअर ओव्हन (उष्ण हवा निर्माण करणारे यंत्र), बॉटल वॉशर (बाटल्या स्वच्छ करणारे यंत्र), पॅकेजिंग मशीन, कॉर्किंग मशीन, स्वयंचलित बाटल्या कॅन भरणारे यंत्र इत्यादी.

आधुनिक शेती प्रक्षेत्र

'कृषी विज्ञान केंद्रा'च्या अधिपत्याखाली आधुनिक शेती करण्यासाठी ११० एकर जमीन आहे. आधुनिक शेती फार्मचे मुख्य उद्देश शेती क्षेत्रातील अत्याधुनिक प्रयोगाचे प्रात्यक्षिक दाखवणे हा आहे. त्याचा शेती तंत्रज्ञान संशोधनातील उपायोजित (अप्लायड) संशोधनाचे साधन म्हणून वापर केला जातो. एखाद्या शेती संशोधनाच्या चाचण्या शेतकऱ्यांना प्रत्यक्ष हस्तांतरापूर्वी घेतल्या जातात. येथे अनेक फळांचे मातृवृक्ष लावण्यात आले आहेत. उदाहरणार्थ, आंबा, चिकू, गवार, सीताफळ, डाळिंब, इत्यादी. हंगामी पिके उदाहरणार्थ, सोयाबीन, कांदा, कापूस, तांदूळ, ऊस आणि गहू यांसह कोरडवाहू क्षेत्रातील ज्वारी, बाजरी, नाचणी यांसारख्या भरड धान्ये (मिलेट्स) ही पिकेही प्रक्षेत्रावर मुद्दाम घेतली जातात. २०१२पासून या सर्व पिकांसाठी स्वयंचलित सिंचन प्रणालीद्वारे पाणी आणि खत व्यवस्थापन केले जाते.

दुग्ध व्यवसाय आणि मुरघास निर्मिती

शेतकऱ्यांसाठी पशुपालन आणि दुग्ध व्यवसाय हा महत्त्वाचा आहे. या व्यवसायाच्या आणि दुधावरील प्रकिया उद्योगाच्या विकासासाठी व उत्पादकता वाढीसाठी प्रसार व प्रचार हा कृषी विज्ञान केंद्राचा एक उद्देश आहे.

या व्यवसायाला चालना देण्यासाठी संस्थेच्या प्रक्षेत्रावर त्याची प्रात्यक्षिके केलेली आहेत. संकरित गायींचा प्रसार केला जात असून, त्यांच्या आहारासाठी

मुरघास निर्मितीवर भर दिला जात आहे. मका आणि ज्वारी ही प्रमुख चारा पिके आहेत. पुणे जिल्ह्यातील पशुधनांपैकी आज ५० टक्के पशुधन हे संकरित जातीचे आहे. या जनावरांना हिरवा आणि कोरडा चारा यांचे संतुलित प्रमाण द्यावे लागते. मात्र पुणे जिल्ह्याच्या फक्त ५ टक्के क्षेत्र चारा उत्पादनाखाली आहे. 'हिरवा चारा' वर्षभर उपलब्ध होऊ शकत नाही. मात्र या विभागामध्ये उसाचे क्षेत्र मोठे असल्याने नोव्हेंबर ते मार्च या काळात हिरवा चारा म्हणून उसाचे वाढे (शेंडे) उपलब्ध असते. त्याचा वापर मोठ्या प्रमाणात केला जातो. मात्र त्याचे अनेक तोटे आहेत. त्यावर मार्ग काढण्यासाठी मुरघासाची प्रसार केला जात आहे.

आज बारामतीच्या 'कृषी विकास प्रतिष्ठान' आणि 'कृषी विज्ञान केंद्रा'यांच्यावतीने मोठ्या प्रमाणावर मुरघास उत्पादन केले जाते. डेअरी फार्मवर प्रत्येक टँकमध्ये २०० मेट्रिक टन याप्रमाणे आणि लहान प्रमाणावर २० मेट्रिक टनपर्यंतचे प्रात्यक्षिक दाखविले आहे. हे मुरघास उत्पादन तंत्र एनडीपी-१ प्रोजेक्टच्या साह्याने पुणे जिल्ह्यातील ७० गावांमध्ये प्रात्यक्षिक दाखवण्यात आले आहे.

चारा-पिकांचा हंगाम

हिरव्या चाऱ्यासाठी मका पीक घेतले जाते. हे पीक ८५ ते ९० दिवसांचे झाल्यानंतर साधारणपणे नोव्हेंबर महिन्यामध्ये कापून 'चारा' म्हणून वापरले जाते. हिरव्या चाऱ्यामध्ये ३० टक्के कोरडे आणि ७० टक्के ओले असताना मुरघास बनवण्यासाठी वापरले जाते. मुरघास खड्डा ५० दिवसांपर्यंत झाकून हवाबंद ठेवला जातो. त्यानंतर आवश्यक तेवढे मुरघास खड्ड्याच्या एका बाजूने काढून घेतले जाते. ते जनावरांना खाद्य म्हणून दिले जाते. विशेषत: अधिक दूध देणाऱ्या संकरित जनावरांना मुरघास अधिक फायदेशीर ठरते. संकरित पशुधनापासून मिळणाऱ्या एक किलो दुधासाठी २५ किलो मुरघास अधिक चार किलो कोरडा चारा अधिक ४०० ग्रॅम खाद्य मिक्सर आणि त्याचबरोबर जरुरीप्रमाणे खनिज मिश्रणे द्यावी लागतात.

कुक्कुटपालन

कुक्कुटपालन व्यवसाय हा लहान आणि सीमान्त शेतकऱ्यांसाठी उत्तम लघुउद्योग ठरतो. परदेशी कोंबड्यांप्रमाणे देशी कोंबड्यांना प्राधान्य दिले जाते. सर्वसाधारणपणे शेतकरी परसबागेमध्ये देशी कोंबडीचे पालन करतात. देशी

कोंबडी वर्षाकाठी ६० ते ७० अंडी देते. मोठा देशी कोंबडा दीड ते दोन किलो वजनाचा असतो. शेतकरी अंडी स्वत:साठी वापरतात. कोंबडा मांसाहारासाठी विकतात. मात्र देशी कोंबड्यांच्या लसीकरणाकडे फारसे लक्ष दिले जात नाही. म्हणून त्यांच्यामध्ये अतिशय जीवघेण्या अशा 'राणीखेत' (Virulent Newcastle disease-VND) आणि 'फाउल पॉक्स' (Fowl Pox-FP) या रोगांचा प्रादुर्भाव होण्याचा संभव असतो. उन्हाळ्यात 'राणीखेत' रोगाच्या प्रादुर्भावामुळे ९० ते १०० टक्के नुकसान संभवते.

हिवाळ्यात 'फाउल पॉक्स'चा प्रादुर्भाव मोठ्या प्रमाणात होत असतो. या रोगामुळे लहान पिल्लांमध्ये १५ ते २० टक्के मृत्युदर आढळून येतो. देशी कोंबडी अंड्याचे कमी उत्पादन देते. यातून शेतकऱ्यांना फारच कमी उत्पन्न मिळते.

या समस्येवर मार्ग काढण्यासाठी सुधारित प्रजातीच्या कोंबड्यांच्या प्रसारासाठी प्रयत्न करण्यात आला. त्यासाठी सुधारित 'वनराज' प्रजातीचे लसीकरण केलेल्या कोंबड्या पुरवण्यात येतात. ही पिल्ले हैदराबाद येथील केंद्रीय पोल्ट्रीकडून मागवून कृषी विज्ञान केंद्रामार्फत ग्रामीण शेतकऱ्यांना कुक्कुटपालनासाठी पुरवली जातात. अधिक प्रतिकारशक्ती असलेल्या 'वनराज' कोंबड्या अंडी आणि मांसासाठी चांगल्या असतात. 'कृषी विकास प्रतिष्ठान'ने अंडी उबवण केंद्र सुरू केले. या केंद्रातून अंडी उबवून एक महिन्यापर्यंत वाढवून लसीकरण केल्यानंतर शेतकऱ्यांना पुरवली जातात.

मत्स्यपालनासाठी कोंबडी खताचा वापर

कुक्कुटपालनातील भाताचे तूस मिश्रित विष्ठा तलावातील मत्स्यपालनासाठी खाद्य म्हणून वापरली जाते. यातून हा टाकाऊ कचरा वापरला जात असल्याने तो पर्यावरणपूरक ठरतो. त्याची पद्धती पुढीलप्रमाणे —

- कुक्कुटपालन व्यवसायातून नियमितपणे कोंबडी खत गोळा केले जाते. योग्य ठिकाणी साठवले जाते आणि नंतर ते मत्स्यपालन व्यवसायातील तळ्यासाठी वापरले जाते. त्यामुळे तळ्यामध्ये शेवाळ वाढण्यास मदत होते.
- कुक्कुटपालन व्यवसायाच्या इमारतीची रचना ही अंशत: मत्स्यपालनाच्या तलावाशी जोडली जाते. त्यामुळे कोंबडी खताचा थेट खाद्य म्हणून वापर

करणे सोपे होते. थेट पुर्नवापर केल्यास माशांचा मृत्युदर अधिक वाढत असल्याचे सांगितले जाते. एका मोजमापानुसार, खोलवर तळ्यात साठलेला एक टन टाकाऊ खत ३० ते ४० कोंबड्यांकडून निर्माण केले जाते. वास्तविक ५०० कोंबड्यांच्या पोल्ट्रीमधून निर्माण केलेला ४५० किलो वजनाचा ओला कचरापालन व्यवसायांसाठी पुरेसे ठरते.

मत्स्यपालन आणि कुक्कुटपालन व्यवसाय

भारतामध्ये कुक्कुटपालन व्यवसायावर अधिक लक्ष केंद्रित केले जात आहे. बहुतेक सर्व राज्यांमध्ये सुधारित तंत्रज्ञानानुसार कुक्कुटपालन व्यवसाय ग्रामीण भागात मूळ धरू लागला आहे. अंडी आणि मांस यांबरोबर कोंबडी खताला अधिक मूल्य प्राप्त होत आहे. भारतात कुक्कुटपालन व्यवसायातून १३०० हजार टन कचऱ्यापासून ३९० टनाचे पोषणमूल्य निर्माण होते. यांतील पोषणमूल्याचा मत्स्य व्यवसायासाठी वापर होऊ शकतो.

झूप्लँक्टनमध्ये (Zooplanktan) जिवाणूंच्या स्वरूपामध्ये अन्नाचा स्रोत असतो. त्याची वाढ कुक्कुटपालन व्यवसायातील सेंद्रिय घटकांवर झालेली असते. अशा रितीने मत्स्यपालन तलावामध्ये फायटोप्लँक्टन फे गाउस (Phytoplankton fe gous) माशाच्या साठ्याची गरज भासू शकते. या व्यतिरिक्त तळ्याच्या तळाशी मोठ्या प्रमाणावर (झिजलेली दगड रेती) म्हणजे डिट्रिटस (Detritus) निर्माण झालेला असतो. त्यामुळे थरचा (Sub strate) तयार होतो. सूक्ष्मजीव आणि अन्य शेवाळ तळाशी असलेल्या जीवांना अन्नपुरवठा करतो. या अन्नस्रोताचा वापर करण्याचा झाल्यास भारतीय वंशाचे 'कातला', 'रोहू', 'मृगाल' ज्यांना इंडियन मेजर कार्प्स (IMC) म्हणतात, त्यांचा वापर माशांच्या तलावात होतो. तलावातील शुद्ध पाणी (डीटॉक्सिफाईट) झाल्यानंतर साठा केला जातो. प्रति हेक्टर ८००० ते ८५०० फिंगरलिंग्स (Fingerling) मानवी बोटाच्या आकाराच्या प्रजाती) ४० टक्के पृष्ठभागावर फीडरच्या गुणोत्तरासह २० टक्के कॉल्स फीडर्स ३० टक्के बॉटम फीडर्स या प्रमाणात पालन केले जाते.

शेळीपालन

'कृषी विकास प्रतिष्ठान'च्या कृषी विज्ञान केंद्रात १०० शेळी, मेंढीचे युनिट तयार

केले असून, त्याचा वापर शेतकऱ्यांच्या प्रशिक्षणासाठी केला जातो. त्यांच्या आरोग्यदायी वाढीसाठी मुरघास, वाळलेल्या चाऱ्यापासून भुकटी तयार करून दिली जाते. या केंद्रामध्ये 'नारी सुवर्णा' मेंढी आणि ऑस्ट्रेलियन बोअर शेळ्यांच्या पैदास करण्यात येत आहे.

आफ्रिकन बोअर शेळीपालनाचे फायदे

- आफ्रिकन बोअर शेळीचे मूळ स्थान आफ्रिका असून, तिची एका वेतात जुळे देण्याची क्षमता ४० ते ६० टक्के असते तीन पिल्ले देण्याची क्षमता ३ ते ४ टक्के आहे.
- रंग पांढरा आणि तपकिरी
- सर्व प्रकारच्या वातावरणाशी जुळवून घेण्याची क्षमता.

उत्पादकता आणि उत्पादन

सरासरी वजन	प्रजाती
जन्मत: वजन	३ ते ३.४ किलो
तीन महिने	१४.६ किलो
सहा महिने	२८.६ किलो
प्रौढ नर	६५ ते ७२ किलो
प्रौढ शेळी	५० ते ६० किलो
दूध देण्याची क्षमता	१ ते २ लिटर (दररोज)

'नारी सुवर्णा' ही महाराष्ट्राच्या दक्षिणी प्रजातीची आणि पश्चिम बंगालच्या 'गरोल' मेंढी प्रजातीतून, संकरातून तयार केलेली आहे. ही प्रजाती खास मांसाहारासाठी तयार केली जाते. तपकिरी, पांढऱ्या रंगाचे मिश्रण असलेल्या लोकरीला लोकांची पसंती मिळते. त्यापासून वर्षाकाठी सरासरी १ ते १.५ किलो लोकर मिळते. तिची जुळे पिल्ले देण्याची क्षमता आहे. ही बंदिस्त पालनासाठी योग्य जात मानली जाते.

दुसरी हरित क्रांती

१९६५च्या युद्धानंतर भारतामध्ये अन्नधान्यांची मोठी टंचाई होती. त्यावर मात करण्यासाठी तत्कालीन पंतप्रधान लालबहादूर शास्त्री यांनी सर्वसामान्यांना आठवड्यातून एकदा दर सोमवारी उपवास करण्याचे आवाहन केले होते. देशामध्ये अन्नधान्याचे उत्पादन करणारे शेतकरीही सीमेवरील सैनिकांइतके महत्त्वाचे असल्याचे ते म्हणत, त्यांनी 'जय जवान, जय किसान' हा नारा दिला होता. १० जानेवारी, १९६६ रोजी रशियाच्या ताश्कंद करारावेळी हृदयविकाराने त्यांचे निधन झाले.

शरदचंद्र पवारांनी केली स्थापना

१९६७मध्ये इंदिरा गांधींची कारकीर्द सुरू झाली. त्यावेळी काँग्रेसच्या राजकारणात यशवंतराव चव्हाण दिल्लीमध्ये गेले होते. तर राज्य पातळीवर महाराष्ट्राचे मुख्यमंत्री म्हणून वसंतराव नाईक होते. महाराष्ट्रात १९६७ची विधानसभा निवडणूक जाहीर झाली. त्या काळी राष्ट्रीय काँग्रेस पक्ष बलवान होता. स्व. यशवंतराव चव्हाणांची दृष्टी आणि खंबीर पाठिंब्यामुळे बारामती मतदार संघातून शरदचंद्र पवार या तरुण कार्यकर्त्याला निवडणुकीत उतरवले. तेही प्रचंड मतांनी निवडून आले. त्यामागे पुण्यात बीएमसी कॉलेजमध्ये जमा केलेली तरुणाईची ताकद होती, तर बारामती मतदारसंघात सुरू केलेल्या पाझर तलावांची खोदाई आणि बांधणी या कार्यक्रमाची जोड होती. मातोश्री शारदाबाई पवार यांच्या राजकीय आणि सामाजिक कार्याची पुण्याई होती. त्याचबरोबर कृतज्ञ आणि सकारात्मक जनता जनार्दनाची साथ होती. म्हणूनच शरदचंद्र पवार या नव्या नेतृत्वाचा उदय झाला.

सत्तेच्या प्रांगणात आमदार झालेले शरदचंद्र पवार यांचे बळ अनेक अर्थांनी वाढत गेले. त्यांनी बारामती मतदारसंघात 'कृषी विकास प्रतिष्ठान'ची स्थापना केली. आपण सुरू केलेल्या पाझर तलावाच्या बांधणीला आकार देण्यासाठी हे संस्थात्मक साधन म्हणून वापरले.

सुरुवातीला खुद्द मा. शरदराव पवार त्याचे चेअरमन होते. १९७२मध्ये विद्या प्रतिष्ठानची स्थापना झाली. पुन्हा १९७२च्या निवडणुकीत काँग्रेस पक्षामार्फत बारामती मतदार संघातून पुन्हा ते प्रचंड बहुमताने निवडून आले. त्यामुळे वसंतराव नाईक यांच्या मंत्रिमंडळात गृह आणि सामान्य प्रशासन खात्याचे मंत्री

झाले. त्यामुळे प्रतिष्ठानच्या अध्यक्षपदाचा राजीनामा दिला. तर शरदचंद्र पवारांचे वडीलबंधू आप्पासाहेब पवार यांनी साखर कारखान्यातील व्यवस्थापकीय संचालक (एमडी) पदाचा राजीनामा देत 'कृषी विकास प्रतिष्ठान'चे अध्यक्षपद स्वीकारले. तर शरदचंद्र पवार अध्यक्ष झाले.

शरदचंद्र पवार यांचा राजकीय आलेख चढत गेला. त्यांनी महाराष्ट्र राज्याचे मुख्यमंत्री पद चार वेळा भूषवले. पंतप्रधान नरसिंह राव यांच्या केंद्रीय मंत्रिमंडळात संरक्षण मंत्री आणि पुढे पंतप्रधान मनमोहन सिंग यांच्या मंत्रिमंडळात कृषीमंत्रिपदाची जबाबदारी पेलली. आपले राजकीय गुरू यशवंतराव चव्हाण यांच्याप्रमाणेच हिमालयाच्या संरक्षणासाठी धावून जाणारा 'सह्याद्री' ही बिरुदावली त्यांना मिळाली. त्यांनी राजकीय, सामाजिक, कृषी, शैक्षणिक अशा ज्या ज्या विभागामध्ये काम केले, तिथे आपला ठसा उमटवला. त्यांच्या सत्ताकाळात परिवर्तनाची क्रांती घडून आली. यशवंतराव चव्हाणांनी कृषी औद्योगिक रचनेचा पाया घातला, शरद पवारसाहेबांनी त्यावर कळस चढविला.

१९८४ ते १९८९ हा काळ वगळता कृषिखात्याला पाच वर्षे सलग मंत्री २००४पर्यंत लाभला नाही. खरे तर कृषी खात्यासारख्या महत्त्वाच्या खात्याला गांभीर्याने न पाहण्याचा किंवा गृहित धरून चालण्याचा हा प्रकार होता. २००४ पूर्वी सत्तेत असलेल्या अटलबिहारी वाजपेयी यांच्या नेतृत्वाखालच्या 'राष्ट्रीय लोकशाही आघाडी' (रालोआ) सरकारच्या राजवटीतही कृषिक्षेत्र हा प्राधान्याचा विषय आहे, याचा बहुधा विसर पडल्याचे चित्र होते.

दुर्लक्षामुळे कृषी संकट

देशाच्या अर्थव्यवस्थेत कृषिक्षेत्रांचा हिस्सा १७.५ टक्के एवढा आहे. या क्षेत्रातून साधारणतः ५४.६ टक्के रोजगार निर्माण होतो. अशा क्षेत्राकडे विशेषतः १९९०नंतर झालेल्या दुर्लक्षामुळे कृषी संकट उभे ठाकलेले होते. १९९६-९७ तर कृषिक्षेत्रांच्या वाढीचा विकास दर १.९२ टक्के इतक्या नीचांकावर आला होता. कृषी अर्थव्यवस्था धोक्यात आली होती. शिवाय शेतकऱ्यांच्या जीवनावर गंभीर परिणाम झाले. पर्यायाने देशाची अन्न-सुरक्षा संकटात सापडली. अन्नधान्याबाबत स्वयंपूर्ण झालेला देश पुन्हा अन्नधान्याच्या उपलब्धतेबाबत अडचणींच्या खाईत सापडणार की काय? असे चित्र निर्माण झाले. अशा या बिकटप्रसंगी देशाच्या

कृषी मंत्रालयाची धुरा शरदचंद्र पवार यांच्याकडे आली. त्यांनी पंतप्रधान डॉ. मनमोहन सिंग यांच्याकडून कृषिमंत्रिपद स्वीकारताना कृषी खात्याशी संबंधित सर्व खात्यांचा कार्यभार आपल्या मिळावा, अशी अट घातली.

पूर्वी कृषीशी निगडीत अन्नप्रक्रिया, पशुपालन, अन्न-नागरीपुरवठा आणि ग्राहक कल्याण, जलसंधारण ही खाती वेगवेगळ्या मंत्र्याकडे सोपवली जात असत. त्यातून परस्परविरोध निर्माण होत असे. डॉ. मनमोहनसिंग यांनी ती अट मान्य केली. त्यांमुळे स्वातंत्र्यानंतर पहिल्यांदाच सर्वंकष दृष्टिकोन ठेवणारी एक व्यक्ती मंत्री म्हणून या खात्याला मिळाली.

भारतीय कृषी संशोधन परिषद(आयसीएआर) ही संस्था कृषी क्षेत्रातील संशोधनाचा मुख्य कणा आहे. त्यांच्या अंतर्गत भारतभर विविध प्रश्नाशी संबंधित संशोधन करणाऱ्या संस्था आणि केंद्रे आहेत. उदाहरणार्थ राजस्थानात उंट, राजगुरुनगरमध्ये कांदा-लसूण इत्यादी.

भारतभर या संशोधन संस्थामध्ये पाच हजारापेक्षा अधिक कृषी शास्त्रज्ञ संशोधन करत असतात. परंतु या विविध केंद्रांमध्ये वरिष्ठ पातळीवरील शास्त्रज्ञांच्या पाचशे जागा रिक्त होत्या. त्या भरण्यासाठी प्रामुख्याने काम केले. नवीन शास्त्रज्ञांची भरती करताना एक नियमावली आखून दिली. किमान अनुभव आणि भावी आयुष्यात उपयुक्त ठरतील, अशा ३५ ते ४५ वयोगटातील शास्त्रज्ञांची भरती सुरू झाली.

संस्थांना स्वायत्तता

'फुड अँड ऑग्रिकल्चर ऑर्गनायझेशन' (एफएओ) या संस्थेच्या वतीने जगात विविध ठिकाणी संशोधन करणाऱ्या संस्था आहेत. उदाहरणार्थ हैदराबाद येथे कोरडवाहू पिकांवर संशोधन करणारी 'इक्रिसॅट' ही संस्था आहे. ही आंतरराष्ट्रीय संस्था असल्यामुळे विविध दहा-वीस देशांतील शास्त्रज्ञांची नेमणूक केली जाते. ही खरेतर एक चांगली पद्धत आहे. अशा प्रकारे जगभरातील संबंधित विषयातील अनेक तज्ज्ञ एकत्र येऊन संशोधन करत असताना सखोल, सर्वांगीण आणि व्यापक दृष्टिकोन तयार होत असतो. या व अशा अनेक संस्थांमध्ये भारतीय कृषी शास्त्रज्ञांना वर्षातून किमान तीन महिने काम करण्याची संधी कशा प्रकारे उपलब्ध होईल, यावर कृषिमंत्री शरद पवारसाहेबांनी भर दिला.

त्यांनी घेतलेला आणखी एक महत्त्वाचा निर्णय म्हणजे 'आयसीएआर' अंतर्गत सर्व ८० संस्थांना स्वायत्तता दिली. त्यांच्या कामातील मंत्रालयाचा हस्तक्षेप थांबवला. त्याच प्रमाणे या प्रत्येक संस्थेने वर्षभराचा नियोजन आराखडा देणे, त्यांच्या अपेक्षित निधीबद्दल स्पष्ट धोरण ठरवण्यात आले. या काळात 'आयसीएआर'चे प्रमुख डॉ. मंगला रॉय होते. यांसारख्या निर्णयातून संशोधकाना प्रतिष्ठा, संस्थेला स्वायत्तता आणि संशोधनाचा भक्कम पाया या त्रिसूत्रींमुळे 'आयसीआयआर'चे पुनरूज्जीवन झाले.

शेतीसाठी उत्तम दर्जाचे बियाणे योग्य वेळी उपलब्ध होणे, हा कळीचा मुद्दा ठरतो. उत्तम बियाणे पेरणीच्या वेळीच उपलब्ध करून देण्यात यश आले. संशोधन संदर्भात व्यावसायिक दृष्टिकोनही अंगीकारला. 'आयसीएआर'मधील अंतिम संशोधन संस्थेला योग्य मोबदला घेऊन गरजेनुसार पुढील उत्पादनामध्ये वाढीसाठी आणि प्रसारासाठी खासगी कंपन्यांना देण्यात आले.

३४० कृषी विज्ञान केंद्रे

कृषिक्षेत्राच्या पाठीशी भक्कम संस्थांत्मक रचना उभारण्यावर भर दिला आणि त्यात सातत्य ठेवले. कृषी विज्ञान केंद्र (केव्हीके), कृषी विद्यापीठे, नव्या संशोधन संस्था आणि संशोधन प्रकल्प यांचे जाळे विस्तारण्यावर भर देण्यात आला. कृषी क्षेत्रातील संशोधन आणि तंत्रज्ञान सर्वसामान्य शेतकऱ्यांच्या शिवारापर्यंत पोहोचवण्याचे महत्त्वाचे काम 'कृषी विज्ञान केंद्र' बजावत आहे. १९७४मध्ये देशातील पहिले कृषी विज्ञान केंद्र 'पुदुचेरी' येथे कोइमतूर कृषी विद्यापीठाच्या अंतर्गत उभे करण्यात आले होते. त्यानंतर पुढच्या २८ वर्षांत देशभरातल्या या केंद्रांची संख्या २९०पर्यंत पोहोचली. गेल्या १० वर्षांत शरदचंद्र पवारसाहेबांच्या कारकिर्दीत ती ३४०पर्यंत वाढली.

एकतीस नवी कृषी विद्यापीठे

शेती क्षेत्रासाठी तज्ज्ञ मनुष्यबळ उपलब्ध करण्याचे मोठे आव्हान होते. त्या मनुष्यबळासाठी ३१ नवी कृषी विद्यापीठे देशातील वेगवेगळ्या भागांत सुरू केली. चार नव्या कृषी संशोधन संस्थांमध्ये प्रत्यक्ष कामकाजाला सुरुवात केली. कृषी आणि पूरक संस्थांची संख्या आता १०० झाली. देशभरात याच कालावधीत ६१

ठिकाणी वेगवेगळ्या संस्थांबरोबरच्या समन्वयातून नवे संशोधन प्रकल्प मार्गी लागले आहेत. शेती करताना काही विशिष्ट कीटक पिकांना फलदायी असतात, त्यावरच्या संशोधनासाठी आणि स्वतंत्रपणे त्यावरच्या अभ्यासासाठी नॅशनल राष्ट्रीय कृषी महत्त्वाचे कीटकांचे ब्यूरो (National Bureau of Agriculturally impotant insects (NBAII) या संस्थेची निर्मिती झाली.

शेतमालाला मिळणारा तुटपुंजा भाव फक्त शेतकऱ्यांना संकटात ढकलणारा नाही, तर अर्थव्यवस्थेला ही निष्प्रभ करतो. पूर्वी हमीभावात दिली जाणारी वाढ ५ ते १० रुपयांपर्यंत असायची. हमीभाव वाढवल्यास महागाईला चालना मिळू शकते, या विचाराने सामान्यतः पंतप्रधान,अर्थमंत्री व नियोजन खात्याचे मंत्री यांचे एकमत असायचे. मात्र शेतकऱ्यांसाठी ती बाब हानिकारक ठरत असते.

गव्हाच्या हमीभावात वाढ

त्यामुळे पवारसाहेब कृषिमंत्री असताना त्यांनी शेतकऱ्यांचा उत्पादन खर्च भरून आला पाहिजे, त्यांच्या कष्टाला मोबदला मिळायला पाहिजे, या मुद्द्यावर भर देत त्यासाठी सातत्याने प्रयत्न केले. कॅबिनेटमध्ये विविध मंत्र्यांशी आवश्यक तिथे संघर्ष केला. कारण शेतकऱ्यांचे मनोधैर्य टिकवणे अत्यंत महत्त्वाचे आहे, हाच त्यांचा उद्देश होता.

कृषिमंत्री म्हणून पवारसाहेबांनी गव्हाच्या हमीभावात प्रथमच ६० रुपये इतकी भरीव वाढ केली. १९९५-९६ ते २००४-२००५ या १० वर्षांच्या कालावधीशी तुलना करताना ही वाढ दुप्पटीहून अधिक असल्याचे स्पष्ट होते. परिणामी पंजाब, हरियाना, मध्य प्रदेश, आणि पश्चिम उत्तर प्रदेशातील गव्हाच्या उत्पादनात पुढच्या काळात लक्षणीय वाढ झाली. तांदूळ, डाळी, कापूस, भूईमूग इत्यादी पिकांच्या बाबतीतही हमीभावात ठोस वाढ करण्यात आली. त्याला जोडून 'बोनस' ही संकल्पना राबवण्यात आली.

'फूड कॉपोरेशन ऑफ इंडिया' (एफसीआय-FCI) शेतकऱ्यांकडून अधिक हमीभावाने धान्य खरेदी करू लागले. शेतकऱ्यांनी प्रचंड प्रतिसाद दिला. याचा परिणाम म्हणजे पुढच्या दोन ते चार वर्षांत देशातील अन्नधान्याची सारी गोदामे भरली. याच काळात डाळीचे उत्पादन वाढले. पण देशाची संपूर्ण गरज भागवली जाईल, इतकी वाढ साध्य करण्यापर्यंत मजल गाठता आली नाही.

राष्ट्रीय फळबाग योजना

सर्वप्रकारच्या हवामानाचे वैविध्य असणाऱ्या आपल्या देशात फळांचे उत्पादन आणि सेवन याची आकडेवारी काही विशेष समाधानकारक नव्हती. १९८८मध्ये महाराष्ट्राचा मुख्यमंत्री झाल्यानंतर शरद पवारसाहेबांनी एक योजना आखली. 'रोजगार हमी योजने' (रोहयो) अंतर्गत फळबाग लागवड असे तिचे स्वरूप होते.

शेतात फळबाग लागवड केली तरी रोजगार हमी योजना अंतर्गत निश्चित केलेले वेतन शेतकऱ्याला मिळणार होते. त्यातून ही योजना अधिक उत्पादक होणार होती. अनेक शेतकरी हापूस आंबा, मोसंबी, संत्री, डाळिंब उत्पादनाकडे वळले. महाराष्ट्र राज्य फलोत्पादनात अग्रेसर दिसते, त्याची बिजे या योजनेत आहेत. केंद्रात कृषिमंत्री पदाची जबादारी स्वीकारल्यानंतर फळबाग 'राष्ट्रीय फळबाग योजना' झाली. फळबागधारकांना सवलती देण्यात आल्या. विविध फळांच्या संस्था देशपातळीवर निर्माण होण्यास अनुदान दिले गेले. देशातील तरुणवर्ग 'राष्ट्रीय फळबाग' योजनेत मोठ्या प्रमाणावर सहभागी झाला. तरुण पिढीच्या सहभागामुळे आणि राष्ट्रीय फळबाग कार्यक्रमांमुळे फळांचे उत्पादन प्रचंड वाढले.

हरित क्रांतीचा 'ओनामा'

२००३-२००५मध्ये ४८.८ दशलक्ष मेट्रिक टनापर्यंत पोहचले. भाजीपाल्याचे उत्पादन २००३मध्ये १४३ दक्षलश टन होते, ते थेट २३५ दशलक्ष टनांवर जाऊन पोहोचले. पूर्व भारतासाठी हरित क्रांतीचा 'ओनामा' असे धोरण स्वीकारले. आसाम, ओडिशा, पश्चिम बंगाल, झारखंड, छत्तीसगड या राज्यांतील शेतकऱ्यांना भाताच्या उत्पादनासाठी उत्तम प्रतिचे आणि अधिक उत्पादनक्षम बियाणे पुरवण्यासाठी अर्थसाहाय्य दिले. याचा परिणाम असा झाला की, या राज्यातील तांदळाचे उत्पादन मोठ्या प्रमाणावर वाढले. त्यामुळे देशातील तांदळाची संपूर्ण गरज ही राज्ये भागवू लागली. एवढेच नव्हे तर जगातला सर्वाधिक तांदूळ निर्यात करणारा देश म्हणून भारताचे स्थान निर्माण झाले.

गव्हाच्या निर्यातीत दुसऱ्या क्रमांकावर

२००४ मध्ये आपण ३.४ दशलक्ष टन तांदळाची निर्यात करत होतो. २०१२-१३मध्ये आपण १० दशलक्ष टन निर्यात नोंदवत जगाला सर्वाधिक तांदूळ निर्यात

करणारा देश ही ओळख मिळवली. २०१०मध्ये ६.२ अब्ज टन शेतमाल निर्यात करत होतो. २०१२मध्ये आपण तेच प्रमाण ३९ अब्ज टनावर नेऊन ठेवण्यात यशस्वी झालो.

गव्हाच्या बाबतीतही हेच घडले. मध्य प्रदेशातील भाजप सरकारचे मुख्यमंत्री शिवराजसिंह चव्हाण यांनीही या धोरणाचा फार चांगला लाभ करून घेतला. त्यांनी केंद्रापेक्षा अधिक दर गव्हाला दिला. त्याचा परिणाम म्हणजे मध्य प्रदेश गव्हाच्या उत्पादनात पंजाब आणि हरियानाशी बरोबरी करू लागला. मध्य प्रदेशातील गव्हाची गुणवत्ता ही अधिक असल्याने निर्यातीसाठी सुद्धा त्याचा उपयोग झाला. भारत गव्हाच्या उत्पादनात जगातला दुसऱ्या क्रमांकाचा निर्यातदार देश बनला. भारताने कापसाच्या निर्यातीत जगात दुसऱ्या क्रमांकावर मजल मारली. ब्राझील पाठोपाठ साखर निर्यातीत आपले स्थान निर्माण केले.

आंतरराष्ट्रीय पातळीवर पडसाद

कृषी क्षेत्रातील प्रगतीचे मुक्तकंठाने कौतुक जगभर होऊ लागले. विशेष म्हणजे संयुक्त राष्ट्रसंघाच्या आंतरराष्ट्रीय अन्न व कृषी संस्थेने कृषिमंत्री शरद पवारसाहेबांचे विशेषतः भारताच्या कृषिक्षेत्राच्या कामगिरीचे कौतुक केले. या संस्थेच्या वतीने त्यांचे महासंचालक जोस ग्राझियानो दा सिल्वा (Jose Graziano da Silva) यांनी २०१२ मध्ये विशेष पत्र पाठवले. या पत्रात त्यांनी नमूद केले की, 'भारतातील छोट्या व मध्यम शेतकऱ्यांनी १०० दशलक्ष टन (शंभर) तांदूळ आणि २५० दशलक्ष टन अन्नधान्याचे उत्पादन करून इतिहास घडविला आहे. उत्पादन वाढीचे पूरकधोरण आणि मूलभूत सुविधा उपलब्ध करून दिल्यामुळे ही ऐतिहासिक कामगिरी बजावता आली आहे.'

कृषी क्षेत्रातील भारताने केलेल्या प्रगतीचे आंतरराष्ट्रीय पातळीवर चांगले परिणाम ही झाले. भारताकडे पाहण्याचा जगाचा दृष्टिकोनच बदलला. सतत मागणी करणारा देश ही आपली प्रतिमा पुसली गेली होती. त्याऐवजी 'पुरवठादार देश' असा लौकिक देशाला प्राप्त झाला. कृषिमंत्री असताना 'बीटी कॉटन' बियाणे निवडक पद्धतीने वापरण्यास परवानगी दिली. नागपूर येथील कापूस संशोधन केंद्रात अशाच पद्धतीचे बियाणे विकसित करण्यात यश मिळवले. अशाच प्रकारचे बियाणे विकसित करण्यात 'महिको' या कंपनीने पुढकार घेतला. भारतात सध्या

९४ टक्के कापसाचे उत्पादन 'जीएम' बियांणाच्या माध्यमातून होत आहे. यांचा दुसरा परिणाम म्हणजे आपण कापसांच्या उत्पादनात दुसऱ्या क्रमांकावर झेप घेतली आहे. २००३मध्ये १५.०१ दशलक्ष टन गासड्यांचे उत्पादन करत होतो. ते २०१३पर्यंत ३४.६ दशलक्ष टन गासड्यापर्यंत गेले.

कृषी विद्यापीठ मार्गदर्शन केंद्र

संशोधकांना प्रोत्साहन देत असताना विद्यापीठामार्फत सर्वसामान्य शेतकऱ्यांना अनौपचारिक शिक्षण देण्यासाठी उपक्रम सुरू केला. विद्यापीठांना त्यांच्याकडे असणाऱ्या जमिनीवर १०० ते २०० एकरांवर वेगवेगळ्या पिकांचे फॉर्म्स तयार करण्यास सांगितले. तंत्रज्ञानाचा वापर करून विकसित केलेले हे फॉर्म्स शेतकऱ्यांनी येऊन पाहावे यासाठी महिन्यातील १५ दिवस खुले ठेवण्यास सुरुवात झाली. ८४ विद्यापीठांत या पद्धतीचे अनौपचरिक शिक्षण उपलब्ध करून देण्यातून शेतकऱ्यांचे कृषी विद्यापीठांबरोबर जिव्हाळ्याचे नाते तयार होण्यास मदत झाली. कृषी विद्यापीठे ही केवळ शेतीसाठीचे तंत्रज्ञ तयार करणारी संस्था नसून, उत्तम कृषी व्यवसायासाठीचे मार्गदर्शन केंद्र आहे, हा समज दृढ होण्यास मदत झाली.

हवामान बदल हे जगासमोरचे मोठे संकट आहे. भारतीय कृषी अनुसंधान परिषदेच्या वतीने निरनिराळ्या गोष्टींबाबत संशोधनाचे काम सुरू असतेच, पण जागतिक हवामान बदलामुळे येऊ घातलेल्या संकटावर मात करण्यासाठी वेगळ्या संस्थेची आवश्यकता होती. त्यामुळे राष्ट्रीय अजैविक तणाव व्यवस्थापन संस्था (National Institute of Abiotic Stress Management-ICAR) या संस्थेची निर्मिती करण्यात आली. पुणे जिल्ह्यातील माळेगांव आणि छत्तीसगडची राजधानी रायपूर येथे २००९मध्ये ही केंद्रे सुरू केली गेली.

शेतकऱ्यांना कर्जमाफी

शेतकऱ्यांचे कैवारी अशी स्तुतीसुमने सर्वसामान्य शेतकऱ्यांकडून शरद पवारसाहेबांवर उधळली जातात. त्यामागे सर्वांत महत्त्वाचे कारण आहे, त्यांनी जाहीर केलेली कर्जमाफी. सुमारे ३,६९,०००,०० शेतकऱ्यांना कर्जमाफीचा लाभ झाला. महाराष्ट्र, आंध्र प्रदेश, कर्नाटक आणि केरळ या ४ राज्यांतील ३१

जिल्ह्यांसाठी १९ हजार ९१० कोटी रुपयांचे पुनर्वसन पॅकेज २००६मध्ये जाहीर केले. शेतकऱ्यांच्या आत्महत्याचे प्रमाण मोठे होते. या २९ जिल्ह्यात पतपुरवठा पूर्ववत सुरू झाला. २००४ ते २००५ नंतर २०११पर्यंत अल्पदीर्घ आणि मध्यम मुदतीच्या पतपुरवठ्यात चौपट वाढ झाली.

अन्नधान्याचे विक्रमी उत्पादन झाले. २००८च्या जागतिक मंदीचा फटका भारत देशाला बसला नाही, याचे प्रमुख कारण म्हणजे ग्रामीण भागातील कृषी अर्थव्यवस्थेला ग्रामीण जनतेने दिलेला हात होय. कर्जमाफी देऊन फक्त पतपुरवठा होण्याचा मार्ग मोकळा करणे हे पुरेसे नव्हते. तर त्यावरील व्याजाचे दरही कमी करणे, आवश्यक होते. ते लक्षात घेऊन केंद्राने व्याजदर ४ टक्क्यांपर्यंत खाली आणला आहे. आता राज्यांनी आणखी एक पाऊल पुढे टाकावे, असे कृषिमंत्री शरद पवारसाहेबांनी आवाहन केले.

त्याला सर्वप्रथम प्रतिसाद कर्नाटक राज्याने दिला. त्या पाठोपाठ केरळ, तामिळनाडू, महाराष्ट्र, पंजाब, हरियाना अशा अनेक राज्यांनी तीन लाखापर्यंतच्या कर्जाची वेळेत परतफेड करणाऱ्यांना शून्य टक्के व्याज दर असा निर्णय घेतला. याचा परिणाम म्हणून शेतीमधील भांडवली गुंतवणूक प्रचंड प्रमाणात वाढली. त्याचा फायदा होऊन उत्पादनही वाढले.

राज्यांना बक्षिसे

भारताची अन्नधान्याची गरज पूर्ण करण्यासाठी आणि त्याच वेळी शेती फायदेशीर होण्यासाठी प्रति हेक्टर उत्पादन वाढवण्यासाठी राज्याराज्यांमध्ये स्पर्धात्मक वातावरण निर्माण करण्यात आले. प्रति हेक्टरी सर्वाधिक उत्पादन करणाऱ्या राज्यांना बक्षीस देण्यासाठी राज्यांचे गट करण्यात आले. गव्हाच्या बाबतीत सर्वाधिक उत्पादन करणाऱ्या पंजाब, हरियाणा, मध्य प्रदेश असा एक गट, त्यापेक्षा कमी उत्पादन असणाऱ्या राज्यांचा दुसरा गट आणि त्यापेक्षा कमी उत्पादकता असणाऱ्या राज्यांचा तिसरा गट असे नियोजन केले गेले.

त्यासाठी ५ कोटी १० कोटी, रुपयांची घसघशीत बक्षिसे सुरू केली. बक्षिसांच्या रकमा मोठ्या असल्याने निकोप स्पर्धेचे वातावरण निर्माण झाले. छत्तीसगडला जेव्हा तांदळाच्या उत्पादनात पहिले बक्षीस मिळाले, तेव्हा तिथे वेगवेगळ्या वृत्तपत्रांत याबाबतच्या पुरवण्या आठ-आठ दिवस छापल्या जात होत्या.

उत्पादन वाढीसाठी सुवर्णपदक

राज्याचे स्थान आघाडीवर ठेवण्याच्या भावनेला यातून चालना मिळाली. विविध राज्याचे मुख्यमंत्री प्रत्येक जिल्ह्यात प्रति हेक्टरी उत्पादकता वाढवण्यावर स्वत: लक्ष केंद्रित करू लागले. याबाबतीत छत्तीसगडचे मुख्यमंत्री रमणसिंह यांचे काम वाखाणण्याजोगे होते. ओडिशाचे मुख्यमंत्री नवीन पटनाईक, बिहारचे मुख्यमंत्री नितीश कुमार यांनीही मोठ्या प्रमाणात उत्पादकतेवर लक्ष केंद्रित केले. त्याचे चांगले परिणाम मिळविले. तेल बियांच्या बाबतीत गुजरातचे तत्कालीन मुख्यमंत्री नरेंद्र मोदी यांनी यशस्वी पुढाकार घेतला. यातून देशातील अन्न-धान्याच्या एकंदरीत उत्पादनात मोठी वाढ झाली.

देशाच्या अन्नधान्याचा प्रश्न आपण आपल्या पातळीवर यशस्वीपणे सोडवला. आंतरराष्ट्रीय पातळीवरही याची दखल घेतली गेली. फिलिपाइन्स, मनिला येथे 'इंटरनॅशनलईस रिसर्च सेंटर' ही संस्था आहे. त्यांच्या वतीने उत्पादकता आणि उत्पादन वाढीसाठी देण्यात येणारे सुवर्णपदक भारताला मिळाले. शरद पवारसाहेबांच्या कृषी खात्याने केलेल्या प्रयत्नांना मिळालेली ही आंतरराष्ट्रीय दाद होती. शेतमालाच्या खरेदी-विक्री बाबतीत उदारीकरणाचे धोरण स्वीकारण्यात आले. प्रक्रिया उद्योजक त्यांच्या अंतिम उत्पादनासाठी उपयुक्त ठरेल, असा कच्चा माल थेट शेतकऱ्यांकडून मिळू लागला.

प्रगत देशात शेतीव्यवसायात २० टक्के

प्रगत देशात शेतमाल ग्राहकांपर्यंत पोहोचवताना वाया जाऊन होणारे नुकसान ३ ते ५ टक्के आहे. भारतात हे प्रमाणा ३० टक्के आहे. शेतामधील नाशिवंत मालासाठी शीतगृहाची ही अत्यावश्यक पायाभूत सुविधा उभारणाऱ्या उद्योगांना अग्रक्रमाने बँकांकडून ३ टक्के व्याजाने कर्जपुरवठा करण्याची सोय केली. शेतीवर अवलंबून राहणारी लोकसंख्या जेवढी अधिक तिथे गरिबी अधिक हे समीकरण जगभर सरसकट दिसते. ज्या ठिकाणी शेतीवर अवलंबून असणारा घटक अन्य क्षेत्रात गेला आहे. तिथे परिस्थिती बदलली आहे. इंग्लड, जर्मनी, जपान, अमेरिका, कॅनडा या इत्यादी देशांतील १२ ते २० टक्के लोक शेतीवर अवलंबून आहेत. ते प्रगत दिसत आहेत.

विकसनशील देशात शेतीव्यवसायात ६० टक्के

याउलट भारत, इंडोनेशिया, श्रीलंका, बांगलादेश या सर्व ठिकाणी लोकसंख्येच्या ६० टक्क्यांपेक्षा अधिक माणसे शेतीवर अवलंबून आहेत. म्हणूनच बेरोजगारी आणि दारिद्रय पाहावयास मिळते. याचे मूळ शेतीवर प्रमाणापेक्षा अधिक असलेल्या बोजामध्ये आहे. यासाठी शेतीवरचा भार कमी होणे, अत्यंत गरजेचे आहे. तो कमी करण्यासाठी कृषिप्रधान वर्गाला शिक्षण देण्याची शिक्षित वर्गातून नवीन संपत्ती निर्मितीचे मार्ग उपलब्ध करून देण्याची आज गरज आहे. रस्ता, पाणी, वीज यांच्या एवढेच हे महत्त्वाचे आहे. त्या दृष्टीने २००७-२००८मध्ये 'राष्ट्रीय कृषी विकास योजना' राखण्यात आली. कृषी धोरणाचे विकेंद्रीकरण करून अधिक नेमके नियोजन करण्यात केले. या योजनेचे योगदान निर्विवाद ठरले. या कार्यक्रमाअंतर्गत २८ हजार कोटी रुपये खर्च करण्यात आले.

इतर व्यवसायात ३० टक्के

कृषी, कृषिपूरक क्षेत्रांच्या एकंदर उत्पादनात पशुसंवर्धन, दुग्धोउत्पादन आणि मासेमारी या व्यवसायांचा हिस्सा जवळपास ३० टक्क्यांचा आहे. भरीव प्रमाणावर रोजगारसंधी निर्माण करण्याबरोबरच लहान शेतकऱ्यांना तसेच भूमिहिनांना पूरक उत्पादनासाठी हे व्यवसाय महत्त्वाची भूमिका बजावतात. त्याचप्रमाणे मोठ्या प्रमाणावरच्या लोकसंख्येला त्यातून रास्तभावात पोषक अन्न घटक उपलब्ध होतात. आज देशात ४८ कोटी ३० लाख इतके पशुधन आहे. त्यात १८ कोटी ७० लाख इतक गोधन आहे. तर ९ कोटी ७० लाख इतक्या म्हशी आहेत. आपला भारत सर्वाधिक पशुधन असलेला देश आहे. सागरी तसेच गोड्या पाण्यातील मासेमारी उद्योगांमध्येही या कालावधीत घसघशीत लक्षणीय वाढ नोंदवली गेली आहे.

पाण्याचा नियोजनबद्ध न्याय वापर हे मोठे आव्हान आहे. पवारसाहेबांच्या कृषिमंत्री पदाच्या काळात पाण्याच्या न्याय वापराबाबत अधिकाधिक प्रबोधन करण्यावर भर देण्यास प्रारंभ झाला.

दुसऱ्या हरितक्रांतीचे शिल्पकार

प्रणव मुखर्जी यांनी राष्ट्रपती झाल्यावर बारामतीला भेट दिली होती. त्यावेळी ते म्हणाले होते, '२००४ संयुक्त पुरोगामी आघाडी'मध्ये सरकारमध्ये शरदचंद्र पवार

यांनी सहभागी व्हावे म्हणून भेटायला गेलो होतो. तेव्हा ते संरक्षण, परराष्ट्र, गृह किंवा अर्थ यांपैकी एखाद्या खात्याचे मंत्रिपद मागतील असे मला वाटत होते. त्यांनी कृषी खाते मागितल्यावर मला कमालीचे आश्चर्य वाटले. स्वतःहून मागून घेतलेल्या कृषी खात्यात निष्ठेने आणि ध्येयाने अविरत काम करून त्यांनी देशाला अन्नधान्याच्या संकटातून बाहेर काढले. देशात 'दुसरी हरितक्रांती,' घडवून आणली आहे. शेतकऱ्यांच्या जीवनात अन्नसुरक्षेइतकेच महत्त्व आर्थिक सुरक्षेलाही आहे, हे ठळकपणाने अधोरेखित केले. भारतातील दुसऱ्या हरित हरितक्रांतीचे शिल्पकार म्हणून देश त्यांच्याकडे गौरवाने पाहतो आहे.

'कृषिक' कृषी तंत्रज्ञान सप्ताह

शारदानगर येथील कृषी विज्ञान केंद्रात 'कृषिक' कृषी तंत्रज्ञान सप्ताह दि. १८ ते २४ जानेवारी २०२० रोजी प्रथम आयोजित करण्यात आला. 'कृषी विकास प्रतिष्ठान' (ऑग्रिकल्चर डेव्हलमेंट ट्रस्ट), बारामती आणि राष्ट्रीय अजैविक ताण व्यवस्थापन संस्था, माळेगांव खुर्द आणि बायर कंपनी यांच्यावतीने सुमारे ५० एकर क्षेत्रांवर विविध शेतीप्रयोग आणि संशोधनात्मक प्रयोग राबवले जातात. यात 'व्हीएसआय' ऊस संशोधन केंद्र, पाडेगाव येथील १० ऊस वाणांची प्रात्यक्षिके तसेच कांदा व लसूण संशोधन केंद्राच्या सुधारित कांदा जाती, विद्यापीठाने विकसित केलेल्या ज्वारीच्या नव्या जाती यांची प्रात्यक्षिके होती. मातीविना शेतीमध्ये फुले व भाजीपाला पिकांची प्रात्यक्षिके, हायड्रोजेल तंत्रज्ञान, मुरघास निर्मिती, गायी म्हशीत गर्भ प्रत्यारोपणाचे अत्याधुनिक तंत्र इत्यादी, पाहण्यास ठेवण्यात आले.

कृषी विकास प्रतिष्ठानचे प्रमुख राजेंद्र पवार यांच्या नेतृत्वाखाली राबविलेल्या कृषी तंत्रज्ञान सप्ताहाला माजी केंद्रीय कृषिमंत्री शरदचंद्र पवार, उपमुख्यमंत्री अजितदादा पवार, कृषिमंत्री दादा भुसे, जलसंपदा मंत्री जयंत पाटील, शंकरराव गडाख, दत्तात्रय भरणे, विश्वजित कदम, भारतीय कृषी संशोधन परिषदेचे महासंचालक डॉ. त्रिलोचन महोपात्रा, खासदार सुप्रिया सुळे, आमदार रोहित पवार, राज्याचे कृषिप्रधान सचिन एकनाथ उवले, कृषी आयुक्त धीरज कुमार यांनी भेटी दिल्या.

विशेषतः राज्यातील असंघटित क्षेत्रातील सक्षम अन्नप्रक्रिया उद्योगांना

बळकटी देण्यासाठी 'विकेल ते पिकेल' 'एक जिल्हा, एक उत्पादन' ही संकल्पना राबवण्यासाठी बारामती येथील 'कृषी विज्ञान केंद्रा'ची राज्य पातळीवरील तांत्रिक संस्था म्हणून निवड झाली आहे.

कृषी पर्यटन

दैनंदिन जीवनाच्या धकाधकीच्या वेळापत्रकातून थोडा वेळ निवांत क्षण घालवणे या प्रमुख उद्देशाने देशोदेशीचे पर्यटन होत असते. त्यात प्रेक्षणीय स्थळे, ऐतिहासिक वारसा, धार्मिक स्थळे, सृष्टी सौंदर्ययुक्त ठिकाणे यांचा समावेश असतो. पर्यावरणाच्या जवळ जाण्याच्या उद्देशाने जंगल, अभयारण्य सफारीही केल्या जातात. पर्यटनस्थळांच्या आसपास स्थानिक लोकांना मोठ्या प्रमाणात रोजगार मिळतो. गोव्यासारख्या काही राज्यांची अर्थव्यवस्था तर प्रामुख्याने पर्यटनावरच अवलंबून आहे. या पर्यटनातील मोठ्या आर्थिक क्षमतांचा फायदा शेतकऱ्यांनाही घेता येईल, या उद्देशाने कृषी पर्यटनावरही भर देण्यात आला आहे. त्यामागे 'कृषी विकास प्रतिष्ठान'चे प्रमुख राजेंद्र पवार यांचे द्रष्टेपण दिसून येते. शहरी माणसांना असलेले शेताचे, खेड्यापाड्यांचे आणि ग्रामीण भागातील विविध गोष्टींचे आकर्षण लक्षात घेऊन शेतीची रचना पर्यटनाच्या अनुषंगाने काहीशी बदलली तर त्यातून शेतकऱ्यांना चांगले उत्पादन मिळू शकते.

कृषी पर्यटनामध्ये उपलब्ध असणाऱ्या सृष्टी सौंदर्याच्या जोडीला बैलगाडी, घोडागाडीतून, टांग्यातून 'शिवार'फेरी होते. त्यातून मुलांना विविध पक्षी, ससा, विविध सरडे, खारुताई, मुंगुस, माकडे, शेळ्या, गाई त्यांच्या नैसर्गिक अधिवासात पाहता येतो. एखाद्या झाडाखाली बसून शेतातून काढलेली ताजी फळे, कलिंगड, टरबूज, पपई, द्राक्षे, काकडी, पेरू, जांभूळ, करवंदे अशा रानमेव्यांचा आस्वाद मिळतो. आजूबाजूला गुऱ्हाळ असेल, तर उसाचा रस, गरम काकवी, गावरान गुळाची चक्की, गरम गुळ खाणे याचाही आस्वाद घेता येतो. यामुळे पर्यटक खूश होतात. रात्रीच्या जेवणात चुलीवरील भाकरी, मातीच्या भांड्यातील स्वयंपाक गुळ, शेंगा, भाजलेल्या मक्याची कणसे, दुर्डी, दही, खर्डा, बाजरीची भाकरी, नाचणीची अंबिल, भात, कढी यासारख्या ग्रामीण बाजाचे पदार्थ दिले जातात.

सेंद्रिय शेती : संपूर्ण जीवन पद्धती

शेती, शेतकरी आणि पर्यावरण यांना संपूर्ण जिवंत ठेवण्याचे काम सेंद्रिय शेती करते. ही शेती म्हणजे एक 'संपूर्ण जीवनपद्धती' आहे. सेंद्रिय शेतीचे प्रणेते जपानमधील कृषी शास्त्रज्ञ मासानोबु फुकुओका (Masanobu Fukuoka) हे असून, त्यांचे The One-Straw Revolution 'एक-पेंढा क्रांती' हे पुस्तक जगप्रसिद्ध आहे. सेंद्रिय शेती समजून घ्यायची असेल तर पर्यावरणाची संरचना (Eco- System) समजून घ्यावी लागेल. अन्न, पाणी, हवा या प्रत्येक व्यक्तीच्या मूलभूत गरजा आहेत. सेंद्रिय शेतीमध्ये या तिन्ही गरजा पूर्ण करण्याची क्षमता आहे. माती, पाणी, हवा, झाडे झुडपे, पशुपक्षी, जीवजंतू या सगळ्यांनी मिळून ही संरचना बनते. यांतला कोणताही घटक वेगळा अस्तित्वात राहू शकत नाही, इतके त्यांचे नाते एकमेकांशी घट्ट जोडलेले आणि परस्परपूरक असते. मात्र दरम्यानच्या काळामध्ये रासायनिक निविष्ठांचा वापर बेसुमार झाल्यामुळे त्यांचे संतुलन बिघडून गेले आहे. माती, पाणी आणि पर्यावरण यांचे चक्र विस्कळित झाले आहे. हे निसर्गचक्र सुरळीत चालण्यासाठी 'सेंद्रिय शेती' हा एकमेव उपाय आहे.

सेंद्रिय शेतीमध्ये आदर्श निर्माण करणारे काही मोजके शेतकरी आपल्या महाराष्ट्रामध्ये आहेत. त्यात कृषिभूषण चंद्रशेखर भडसावळे, पद्म श्री सुभाष पाळेकर, प्र. र. चिपळूणकर यांचा समावेश होतो. त्यांच्या 'जमीन जिवंत तर शेतकरी जिवंत' या सूत्रानुसार जमिनीमध्ये कार्बन वाढवण्यासाठी हिरव्या फुलोऱ्यामध्ये आलेला ताग जमिनीत गाडणे, पालापाचोळा जमिनीमध्ये कुजवणे, शेण-खताचा वापर करणे, एकल पीकपद्धतीऐवजी विविध फेरपालट पिके घेणे, जमिनीत जीवजंतू वाढवणे, रोगप्रतिकारशक्ती अधिक असलेले देशी बियाणे वापरणे, यांवर भर दिला जातो. अशा प्रकारे पिकवलेला सेंद्रिय शेतमाल सकस, चवदार आणि पौष्टिक असतो. म्हणून कोल्हापूर येथील शिवाजी विद्यापीठातील अर्थशास्त्र विभागप्रमुख डॉ. वसंतराव जुगळे हे नेहमीच अशा सत्त्वयुक्त सकस अन्नधान्याचा पुरस्कार करतात. त्यांच्यासाठी ग्राहकांनीही थोडी अधिक किंमत मोजण्याची तयारी ठेवली पाहिजे, असेही सांगतात.

आयुर्वेदिक सेंद्रिय शेती आवश्यक

या पद्धतीमध्ये पिकांवरील कीडरोगाच्या नियंत्रणासाठी सेंद्रिय कीडनाशकांचा

वापर केला जातो. निंबोळी अर्क फवारणी, जीवामृत, दशपर्णी अर्क इत्यादी घटकांना प्राधान्य दिले. सोबतच प्रकाश सापळे, कामगंध साफळे, पक्षी थांबे यातून किडींचा प्रादूर्भाव कमीत कमी राहील, याकडे लक्ष पुरवले जाते. या तंत्राचे प्रशिक्षणही शेतकऱ्यांना दिले जाते. सेंद्रिय शेतीमध्ये कडुलिंब, निर्गुंडी, वड, करंज, सीताफळ, अंजीर, अडुळसा इत्यादी झाडाझुडपांचा पाल्यापासून दशपर्णी अर्क तयार केला जातो. अलीकडे आयुर्वेद आणि होमिओपॅथी औषधांकडे लोकांचा कल वाढत आहे. म्हणून आयुर्वेदिक झाडाझुडपांची सेंद्रिय शेती आवश्यक आहे. त्यांना आयुर्वेदिक मानांकन मिळवणे गरजेचे आहे. आयुर्वेदिक औषधांच्या निर्मितीला कच्च्या मालाचा पुरवठा होऊ शकेल. त्याशिवाय दालचिनी, मिरी, लवंग, सुंठ, वेलदोडे इत्यादी मसाला वृक्षांची लागवड केली पाहिजे. सेंद्रिय शेतीसाठी आवश्यक म्हणून बारामतीच्या कृषी विज्ञान केंद्राने देशी गोसंवर्धन प्रकल्प हाती घेतला आहे. या गायींचे दूध आणि तुपाचा वेगळा ब्रँड तयार केला आहे. त्याची ऑनलाइन होम डिलिव्हरीही केली जाते.

भरडधान्ये

कोरडवाहू जमिनीत एकेकाळी नाचणी, वरी, बाजरी अशा पिके घेतली जात. त्यांना गरिबांचे अन्न म्हणून संबोधले जाई. मात्र त्यातील पोषक घटकांचे प्रमाण, पर्यावरण पूरकता आणि बदलत्या वातावरणाच्या स्थितीत तग धरण्याची व चांगले उत्पादन देण्याची क्षमता यामुळे देश आणि राज्य पातळीवर या भरडधान्यांचा मोठ्या प्रमाणात पुरस्कार केला जात आहे. बदलत्या जीवनशैलीमुळे वाढत असलेल्या रोगांच्या पार्श्वभूमीवर आता 'सकस अन्न' म्हणून या भरडधान्यांची मागणी वेगाने वाढत चालली आहे. 'कृषी तंत्रज्ञान सप्ताहा'मध्ये या भरडधान्याला नियमितपणे स्थान दिले जाते. त्यातून या अन्नधान्य उत्पादनाला प्रतिष्ठा मिळवून दिली आहे. 'युनिसेफ'ची सकस आहार योजना बारामतीच्या कृषी विज्ञान केंद्राकडून राबवली जात आहे, त्यातही यांचा समावेश केला आहे.

वृक्षशेतीची जोड

देशाचे संतुलित पाऊसमान टिकवण्यासाठी ३३ टक्के भूभाग जंगलांनी व्यापलेला हवा. केवळ शासकीय जमिनीवर वृक्ष लागवड करून पर्यावरणाचे प्रश्न सुटणार

नाहीत. त्याला खासगी वृक्षशेतीची जोड द्यावी लागेल. सामाजिक वनीकरणाचे वृक्ष लागवडीचे दहा मॉडेल्स सेंद्रिय शेतीला पूरक ठरतील. कीटकांची संख्या वाढवण्यासाठी आणि सेंद्रिय शेतीला कच्चा माल पुरवण्यासाठी वृक्षशेती अत्यावश्यक आहे. मोठा झालेला एक वृक्ष पन्नास वर्षांत पन्नास लाखांच्या प्राणवायूचा पुरवठा करतो, असे कोल्हापूर येथील शिवाजी विद्यापीठातील वनस्पतीशास्त्र विभाग प्रमुख डॉ. मधुकर बाचुळकर म्हणतात, 'वृक्षांना विविध पक्षांचा अधिवास म्हणून मोलाचे स्थान आहे. झाडांना येणारा 'फुलोरा' हा मधमाशीपालन उद्योगाला फार मोठा आधार ठरतो. ही झाडे जमिनीची धूप रोखतात. म्हणून वनशेतीला प्राधान्य देण्याचे काम महत्त्वाचे ठरते.'

कमी पाण्यामध्ये भरघोस उत्पन्न देण्याची क्षमता असलेल्या फळबागेला रोजगार हमी योजनेअंतर्गत आणण्याचे काम शरद पवारसाहेबांनी केले. त्यातून फळबागेखालील क्षेत्र वाढून आज महाराष्ट्र फळांच्या बाबतीत आघाडीवरील राज्य मानले जाते. पूर्वी केवळ आजारी माणसांना भेट देण्यासाठी फळांची खरेदी व्हायची, ती आता आरोग्यासाठी खरेदी केली जाऊ लागली आहेत.

'मधुसंदेश' : मधमाशीपालन

सेंद्रिय शेतीला जोड म्हणून मधमाशीपालन हा व्यवसाय वाढवण्यासाठी बारामतीच्या कृषी विज्ञान केंद्राने 'मधुसंदेश' प्रोजेक्ट हाती घेतला आहे.

जागतिक पातळीवर मधमाशांच्या नैसर्गिक वसाहती वेगाने नष्ट होत आहे. अशाच प्रकारे मधमाशा नष्ट झाल्या तर त्यानंतर केवळ चार ते पाच वर्षांत पृथ्वीवरील मानवाचे अस्तित्व संपुष्टात येईल, असा धोक्याचा इशारा थोर शास्त्रज्ञ अल्बर्ट आइन्स्टाइन यांनी दिलेला आहे. मधमाशीपालनातून मिळणाऱ्या मधापेक्षाही त्यांच्यामुळे होणारे परागीभवन हे शेती आणि फुलांवरील सर्व वनस्पतींसाठी अत्यंत महत्त्वाचे आहे. खरे तर जगामध्ये लागवडीखाली असलेल्या पिकांपैकी ७० ते ८० टक्के पिके ही पराग सिंचनासाठी मधमाशांसारख्या कीटकांवर अवलंबून आहेत.

मधमाशांमुळे वाढलेल्या पीक उत्पादनाचा अंदाज घेतला तरी ते मधाच्या किमतीच्या दहा ते पंधरापट अधिक नक्कीच भरेल. 'कृषी विकास प्रतिष्ठान' (ॲग्रिकल्चरल डेव्हलपमेंट ट्रस्ट)च्या कृषी विज्ञान केंद्राने 'मधुसंदेश' प्रकल्पाद्वारे

मधमाशांच्या वापरातून डाळिंबाचे सरासरी एकरी उत्पादन ३७ टक्के, तर कांद्याचे १७.८ टक्क्यांनी वाढल्याचे स्पष्ट झाले.

शेतकऱ्यांसाठी जोडधंदा

अमेरिका, चीन, इस्त्राईल या देशांनी काळाची पावले ओळखून शाश्वत शेतीसाठी मधमाशांच्या वसाहती वाढवण्यावर भर दिला आहे. मधमाशांना खाद्य आणि निवारा लागतो. त्यामुळे शेताचे बांध, पडीक जागा, नदी-नाल्यांचे काठ अशा ठिकाणी फुलोरा येणारी झाडे लावायला हवीत.

मधमाशांच्या वसाहतीची शास्त्रीय वाढ करणे म्हणजे शेतकऱ्यांना जोडउद्योग मिळवून देणे. मधमाशापालनाद्वारे पीकनिहाय उत्पादनात वाढ यांबाबत देशातील महत्त्वाच्या अशा सर्वच पिकांचा अभ्यास व्हायला हवा.

या अभ्यासातून भरपूर फुलोरा आणि पुष्परस असलेल्या हंगामनिहाय पिकांची लागवड त्यांची आंतरपीक, मिश्र पीक पद्धतीचे वेगवेगळे मॉडेल्स, पॅटर्नस पुढे यायला हवे. याबाबत बारामतीच्या कृषी विज्ञान केंद्राने एक दिशा दाखवली आहे.

कृषी धोरण आवश्यक

सेंद्रिय शेती, मृद आरोग्य रक्षण आणि संवर्धन वृक्षशेतीचा शास्त्रीय विकास आणि पर्यावरण पूरक शेतीचा प्रचार आणि प्रसार करण्यासाठी पंजाबराव देशमुख कृषी विद्यापीठाचे माजी कुलगुरू डॉ. व्यंकटेश मायंदे म्हणतात, 'राज्य पातळीवर कायम स्वरूपाचे कृषी धोरण आखणे आवश्यक आहे. अशा प्रकारचे धोरण आखण्याच्या समितीमध्ये शेती तज्ज्ञांचा, कर्तव्यदक्ष प्रशासकांचा समावेश असावा. जमीन, पाणी आणि पर्यावरण ही राष्ट्रीय संपत्ती आहे. अशा धोरणामध्ये धरसोड वृत्ती उपयोगाची नाही. ह्या महत्त्वाच्या कृषी धोरणामध्ये अंमलबजावणीत सातत्य राखले पाहिजे.'

'शारदा कृषी वाहिनी' रेडिओ स्टेशन

शारदा कृषी वाहिनी या समुदाय रेडिओ केंद्राचा शुभारंभ खासदार सुप्रिया सुळे यांच्या हस्ते दि.१६ जानेवारी, २०११ रोजी बारामतीला कृषी विज्ञान केंद्रात झाला.

९०.८ एमएच या चॅनेलवर या रेडिओ केंद्राचे प्रसारण ऐकवले जाते.

कृषी क्षेत्रातील वेगवेगळ्या गरजा आणि त्यांच्या समस्यांची चर्चा करण्यासोबतच त्या समस्यांवरील मार्गदर्शनाचे काम या रेडिओमार्फत केले जाते. एका बाजूला शेतकऱ्यांचे व्यासपीठ म्हणून कार्य करताना स्वयंसाहाय्यता गट, विद्यार्थी, डॉक्टर्स, स्थानिक कलाकार, शेती उद्योजक, शिक्षक आणि तज्ज्ञ यांचाही सहभाग घेतला जातो. ग्रामीण कलाकारांना व्यासपीठ दिले जाते. त्याची प्रसारण वेळ दर दिवशी सकाळी ६.३० ते ८ अशी आहे.

नक्षत्र गार्डन

कृषी विज्ञान केंद्र (केव्हीके)मध्ये नक्षत्र गार्डन तयार करण्यात आले असून, सकाळ-संध्याकाळ सर्वांना फिरण्यासाठी खुले केले जाते. 'नक्षत्र गार्डन' हे शाश्वत जैवतंत्रज्ञान आणि ग्रामीण विकासासाठी वनऔषधांची पारंपरिक पद्धत आणि आधुनिक आरोग्य सेवा यांच्या सामाजिक प्रसाराचे एक प्रतीक आहे. वैद्यकीय औषधी वनस्पतींनुसार आयुर्वेदाच्या संहितेचा अर्थ लावण्याचा अभिनव उपक्रम येथे राबवला आहे. येथील झाडे बारा राशी (सूर्य चिन्हे) आणि सत्तावीस नक्षत्रांसाठी संदेश वाहकांचे मध्यस्थ आणि वाहक म्हणून काम करतात. ही संकल्पना मानवी आरोग्यामध्ये विस्तारित आणि प्रकट होणारे खगोलशास्त्रीय महत्त्व मांडते. मा. शरद पवारसाहेब यांच्या मार्गदर्शनाखाली ३६ एकर जागेवर महाविद्यालयाच्या जैवतंत्रज्ञान आणि वनस्पतीशास्त्र विभागांनी ही संकल्पना राबवली आहे. वनस्पतींचे संवर्धन करून सामाजिक-नैसर्गिक आरोग्य सेवेच्या दृष्टिकोनातून 'नक्षत्र गार्डन' तयार केले आहे.

सांडपाणी व्यवस्थापन

केवळ विद्या प्रतिष्ठानचा परिसर अत्याधुनिक पद्धतींनी सुशोभिकरण करण्याचे प्रयत्न पाणी टंचाईमुळे अयशस्वी ठरत होते. २०००पासूनच्या दुष्काळी परिस्थितीमुळे विद्या प्रतिष्ठानच्या सुशोभिकरणासाठी पाणी शोधणे ही अत्यावश्यक बाब ठरली. अशा परिस्थितीत कॅम्पसमधील झाडे-वेलींसाठी अगदी सहज उपलब्ध होणारा पाणीपुरवठा म्हणजे वाया जाणारे सांडपाणी २००३मध्ये संपूर्ण कॅम्पसमधील वाया जाणारे सांडपाणी भूमिगत नळाद्वारे नक्षत्र बागेजवळील बांधकाम केलेल्या तलावाला

जोडले गेले आहे. यामुळे दर दिवशी दोन ते पाच लाख लिटर सांडपाण्याचा साठा तलावामध्ये करणे शक्य झाले आहे.

दररोज एक लाख लिटर पाणी स्वच्छ (फिल्टर) करणारे विशेष फिल्टर यंत्र तलावावर बसवले आहे. फिल्टरमधून गाळलेले स्वच्छ पाणी आणि सांडपाणी या दोन्हींचा वापर कॅम्पसमधील झाडे-वेली आणि लॉन यांचे संवर्धन करण्यासाठी वापरले जाते.

गरीब विद्यार्थ्यांसाठी शिष्यवृत्ती

'कर्मवीर' ही विशेष शिष्यवृत्ती, फ्रीशिप, 'कमवा आणि शिका' योजना असून, बारामती व परिसरातील अनेक गरजू आणि गरीब विद्यार्थ्यांना शिक्षणासाठी प्रोत्साहन दिले जाते. या शिष्यवृत्तीमध्ये आर्थिकदृष्ट्या दुर्बल घटकातील विद्यार्थ्यांच्या जेवण्याची, राहण्याची मोफत सोय केली जाते. आजवर ६५६ विद्यार्थिनींना या योजनेचा फायदा घेतला आहे. २००६मध्ये बारावीच्या परीक्षेत याच 'कर्मवीर मेस'मधील विद्यार्थी झळकला होता. दरवर्षी 'कमवा आणि शिका' योजनेचा लाभ जवळ जवळ १०० विद्यार्थ्यांना दिला जात आहे.

प्रशासकीय इमारत

कृषी विज्ञान केंद्राची स्वतःची अशी उत्तम रीतीने बांधलेली प्रशासकीय इमारत आहे. त्या प्रशासकीय इमारतीमध्ये क्लास रूम, दृकश्राव्य हॉल, संगणक खोल्या (कॉम्प्युटर रूम्स) आणि 'शेती तंत्रज्ञान माहिती केंद्र' 'अटिक' (ATIC) यांचा समावेश आहे. या नव्या सोयी सुविधांचे उद्घाटन तत्कालीन राष्ट्रपती डॉ. प्रणव मुखर्जी यांच्या हस्ते १९ जानेवारी, २०१४ रोजी झाले होते. त्या समारंभास महाराष्ट्र राज्याचे मुख्यमंत्री, केंद्रीय कृषिमंत्री शरदचंद्र पवार उपस्थित होते.

शेती प्रशिक्षण आणि माहिती केंद्र

कृषी विज्ञान केंद्र म्हणजे एकाच छताखाली शेतीविषयक माहिती देणारे दालन आहे. त्यात शेतकऱ्यांना शेती विषयक तंत्रज्ञान, सेवा आणि निविष्ठा पुरविल्या जातात. शेती प्रशिक्षण आणि माहिती आटिक केंद्रातून शेतकऱ्याला कृषी विज्ञान केंद्राची सर्वंकष माहिती मिळते. त्याची व्याप्ती लक्षात येते.

पायाभूत संरचना (Infra Structure)

बारामती शहराला पश्चिमेला सहा किलोमीटर अंतरावर कृषी विज्ञान केंद्र आणि इतर संस्था वसलेल्या आहेत. या केंद्राच्या अधिपत्याखाली वीस हेक्टर जमीन तंत्रज्ञानाचे मूल्यमापन आणि दार्शनिक कार्यासाठी असून, अन्य संस्थांसाठी २४ हेक्टर जमीन उपलब्ध केलेली आहे. या एकूण ४४ हेक्टरपैकी ३०.०३ हेक्टर शेती प्रात्यक्षिके, दुध व्यवसायासाठी १.६ हेक्टर, नर्सरीसाठी १.४ हेक्टर, पॉली हाउसखाली ०.४० हेक्टर जमीन आहे. कृषी विज्ञान केंद्र आणि अन्य संस्थांच्या इमारतींनी ३.४ हेक्टर व्यापलेले आहे. विहीर आणि पाणी साठवण्याच्या टाक्यांनी यांनी २.४ हेक्टर आणि अंतर्गत दळणवळणासाठी रस्ते त्यांनी ४.७७ हेक्टर क्षेत्र व्यापलेले आहे.

कृषी विज्ञान केंद्रातील सोयीसुविधा

प्रशासकीय इमारत | शेती तंत्रज्ञान माहिती केंद्र (अटिक) | परिसंवाद हॉल | दृक्-श्राव्य प्रशिक्षण हॉल | प्रात्यक्षिक प्लॉट | हायटेक हरितगृह, पॉलीहाऊस | 'रोप' आरोग्य रुग्णालय आणि बायो नियंत्रण प्रयोगशाळा | माती, पाणी, पाने आणि देठ परीक्षण प्रयोगशाळा | प्रतवारी आणि पॅकिंग युनिट | मधुमक्षिका विभाग | सोलर (सूर्यशक्ती मोटरसह पाणी साठवण्याचा तलाव) टँकर | स्वयंचलित खत विभाग | शेतकरी वसतिगृह | सुरे डेअरी फार्म | कुक्कुटपालन | शेळी, मेंढी विभाग | मुरघास प्रात्यक्षिक विभाग | एकत्रित (इंटिग्रेटेड) मासे आणि कुक्कुटपालन विभाग | मासे पालन | ॲग्रो-इको (शेती आणि पर्यावरण पर्यटन) | इंडो-डच प्रोजेक्ट हाय-टेक्निक शेतीसाठी | हायड्रोपोनिक युनिट | रोपवाटिका | पवन-सूर्य (विंड -सोलर हायब्रीड सिस्टिम वीज निर्मितीसाठी | शेतकरी भेट नियोजन.

अद्ययावत विकास

तत्कालीन कृषी विज्ञान केंद्रातील भाजीपाल्याचे सर्वोकृष्ट उत्पादन केंद्राचे उद्घाटन राष्ट्रपती डॉ. प्रणव मुखर्जी यांच्या हस्ते झाले होते. तसेच २०१६मध्ये पंतप्रधान नरेंद्र मोदी यांच्या हस्ते 'भाजीपाला गुणवत्ता केंद्र' या इंडो-डच प्रकल्पाचे उद्घाटन झाले.

रोगमुक्त रोपांच्या निर्मितीसाठी गुणवत्तापूर्ण साधनसामग्री पुरवली जाते. या केंद्राच्या माध्यमातून जगामधील सर्वोच्च शेती तंत्रज्ञान भारतीय शेतकऱ्यांना

उपलब्ध करून दिली जाते. या प्रकल्पाची मुहुर्तमेढ शरदचंद्र पवार हे केंद्रीय कृषिमंत्री असताना भारत आणि नेदरलँड या दोन देशांमध्ये झालेल्या सामंजस्य करारामुळे झाली होती. त्या अंतर्गत नेदरलँड येथील 'पम एक्सपोर्ट' आणि 'महाराष्ट्र राज्य फलोत्पादन', औषधी वनस्पती मंडळ, पुणे आणि कृषी विज्ञान केंद्राचे तज्ज्ञ यांनी ठोस कृती आराखडा आखला होता. या भाजीपाला गुणवत्ता केंद्रातून शेतकऱ्यांना भाजीपाल्याच्या रोगमुक्त रोपांच्या पुरवठ्यापासून ते निर्यातीपर्यंतचे मार्गदर्शन केले जाते. शिवाय काढणीपश्चात तंत्रज्ञानाच्या या केंद्राची पायाभरणी देशाचे पंतप्रधान नरेंद्र मोदी यांच्या हस्ते १ जुलै, २०१६ रोजी करण्यात आले. यावेळी राज्याचे कृषिमंत्री पांडुरंग फुंडकर उपस्थित होते.

- वर्षानुवर्षे सतत ऊस हे एकच पीक घेतल्याने जमिनीची सुपीकता कमी होताना दिसत होती. याला 'पर्यायी पीक' म्हणून कृषी विज्ञान केंद्राने (केव्हीके) हळदीसारख्या नगदी पिकाची ओळख करून दिली. या पीकामध्येसुद्धा उसाइतकाच नफा होऊन जमिनीची सुपीकताही जपण्यास मदत होते, हे शेतकऱ्यांना दाखवून दिले.

- फळबागेतून शेतकऱ्यांना पुरेसे उत्पादन मिळत नव्हते. त्यासाठी बारामती 'फोर स्टार' फळ रोपवाटिका उभारून शेतकऱ्यांना दरवर्षी विविध प्रकारच्या २ ते ३ लाख रोपांचा पुरवठा केला. त्याचबरोबर शेतकऱ्यांना त्यांच्या बांधावर उसाची रोपेही पुरवण्यात आली. त्यामुळे शेतकऱ्यांच्या शेतातील ऊस पीकाचा कालावधी २ महिन्यांनी कमी झाला आणि ३० ते ४० टक्के उत्पादनामध्ये वाढ झाली.

- शेतकऱ्यांनी शासकीय योजनेतुन पॉलीहाऊस उभारले. पण त्यांना तांत्रिक ज्ञान न मिळाल्यामुळे ते यशस्वी होऊ शकले नाहीत. हे लक्षात घेऊन 'केव्हीके' बारामतीत पॉलीहाऊसची उभारणी करून शेतकऱ्यांना प्रात्यक्षिकांसह प्रशिक्षणाची सोय केली. संरक्षित शेतीमध्ये 'प्लॅस्टीक मल्चिंग', 'लो टनेल', कव्हरिंग बॅग' अशा अनेक पद्धतीचा कृषी विज्ञान केंद्र प्रसार करत आहे.

- आज शेतकऱ्यांना 'कृषीअॅप', 'फेसबुक', 'व्हॉटसअप', 'यूट्युब' यांचा वापर करून शेतीतील आधुनिक घडामोडींची माहिती कृषी विज्ञान केंद्र देत आहे.

- ज्या प्रमाणे चैत्रामध्ये झाडांना कोवळी पालवी फुटून नवचैतन्याचा जागर

सृष्टीमध्ये होतो. त्याच प्रमाणे शेतकरी समूहामध्ये तंत्रज्ञानाचा जागर करण्यासाठी कृषी विज्ञान केंद्र 'चैत्र पालवी' कार्यक्रम घेत असतो. त्यात शेकडो शेतकरी एकत्र येऊन विचारांची देवाण-घेवाण करतात. भविष्यातील शेतीवरील आव्हानांची चर्चा करतात, एकमेकांना प्रेरणा देतात. आजवर तीन हजाराहून अधिक शेतकऱ्यांनी चैत्र पालवीमध्ये सहभाग घेतला असून, ते कृषी विज्ञान केंद्र (केव्हीके)बरोबर जोडले गेले आहेत.

- आजवर ३०० हून अधिक 'शिवार फेऱ्या' आणि तितक्याच शेतकरी मेळाव्यांचे आयोजनही केले गेले आहे. त्यात १,४६,४४० शेतकऱ्यांनी सहभाग घेतला.

- अल्पभूधारक शेतकऱ्यांना एकट्याने शेती करणे अवघड होत जाणार आहे. त्यामुळे १५४ 'शेतकरी मंडळा'ची स्थापना केली असून, १४००हून अधिक बचत गटांची स्थापना केली. त्यांमुळे हजारो शेतकरी आणि शेतीचे काम करणाऱ्या महिला 'केव्हीके', बारामतीशी जोडल्या गेल्या आहेत.

- शेतकऱ्याने पिकवलेल्या धान्याला योग्य बाजारभाव मिळावा आणि ग्राहकांनाही योग्य दरात भेसळमुक्त धान्य मिळावे म्हणून उत्पादक ते ग्राहक थेट धान्य विक्रीसाठी 'धान्य महोत्सवा'चे आयोजन केले जाते. शेतकरी मंडळाना हाताशी धरून सुरू केलेल्या या उपक्रमातून आज सात शेतकरी उत्पादक कंपन्या उभ्या राहिल्या आहेत. त्यांच्याकडून आजवर ३७,०००पेक्षा अधिक ग्राहकांनी धान्य व भाजीपाल्याची खरेदी केली आहे.

- शेतकऱ्यांना प्रोत्साहन देण्यासाठी आणि शेतीमध्ये येणाऱ्या युवकांना प्रेरणा मिळण्यासाठी वेगवेगळे पुरस्कार देऊन त्यांचा गौरव केला जातो.

- विश्वस्त सुनंदाताई पवार यांच्या मार्गदर्शनाखाली बचत गटातील सहभागी ग्रामीण महिलांना त्यांच्यातील उद्योजकतेसाठी व्यासपीठ मिळावे आणि त्याच्या उत्पादनांना बाजारपेठ मिळावी म्हणून 'भीमथडी जत्रे'चे आयोजन केले जाते.

- जगभरातील कृषितज्ज्ञांनी 'केव्हीके' बारामतीच्या कृषी क्षेत्रातील योगदानाची दखल घेतली असून, कामांची प्रशंसा केली आहे.

- 'केव्हीके', बारामतीच्या या सातत्यपूर्ण कार्याचा गौरव विविध संस्था, राज्य व केंद्रशासन आणि आंतरराष्ट्रीय संस्थांकडून विविध पुरस्कारांच्या माध्यमातून करण्यात आलेला आहे.

डॉ. शरदचंद्र पवार कृषी महाविद्यालय

डॉ. आप्पासाहेबांनी कृषी विषयाशी संबंधित कृषी डिप्लोमा (२ वर्षे), माळी प्रशिक्षण (१ वर्षे) आणि पशुधन पर्यवेक्षक एक वर्ष अशी निम्नस्तर शिक्षण संस्था महात्मा फुले कृषी विद्यापीठ अंतर्गत सुरू केली. कृषी आणि संलग्न फलोद्यान विषयातील उच्च शिक्षणासंदर्भात एका बाजूला राहुरीच्या अधिष्ठाता (कृषी) आणि कुलगुरू यांच्याकडे सतत पाठपुरावा सुरू होता. पण सातत्याने अपेक्षाभंग होत होता. त्यांची ही इच्छा ज्येष्ठ चिरंजीव राजेंद्र पवार आणि राहुरीचे तत्कालीन अधिष्ठाता डॉ. शंकरराव मगर यांच्याकडे व्यक्त केली.

डॉ. आप्पासाहेबांच्या निधनानंतर अंतिम इच्छा पूर्ण करायचीच, या ध्येयाने राजेंद्र पवार कार्यरत राहिले. सुमारे दोन वर्षांनी हा योग आला. 'डॉ. शंकरराव मगर, डॉ. बाळासाहेब सावंत कोकण कृषी विद्यापीठा'चे कुलगुरू झाल्यानंतर त्याअंतर्गत २००२मध्ये कोकणात दोन खासगी विनामूल्ये अनुदानित कृषी महाविद्यालये आणि फलोद्यान महाविद्यालयाची स्थापना झाली. त्यांना महाराष्ट्र शासनाच्या मान्यता मिळाल्या. मेडिकल आणि इंजिनअरिंग महाविद्यालयांसाठी शिक्षणसम्राटांकडून प्राधान्य मिळते, त्या प्रमाणात कृषी शिक्षणाकडे त्यांचा ओढा नव्हता. असे त्यांना वाटत असावे, शेतीच्या शिक्षणासाठी येणाऱ्या शेतकऱ्यांच्या मुलांकडे अधिक फी आणि डोनेशन देण्यासाठी पैसा असेल का?

पण कोकणातील कृषी व फलोद्यान महाविद्यालयांना अभूतपूर्व प्रतिसाद मिळाला. ते पाहून उर्वरित कृषी विद्यापीठातही चैतन्य निर्माण झाले. महात्मा फुले कृषी विद्यापीठाचे कुलगुरू डॉ. एस. एस. पुरी यांनी कुलगुरू डॉ. कीर्तीसिंग यांच्या अध्यक्षतेखाली कृषी महाविद्यालय निवड समिती स्थापन केली. त्याच वर्षात कृषी विकास प्रतिष्ठान, बारामती या संस्थेस २००३पासून विनाअनुदानित कृषी महाविद्यालय सुरू करण्यास विद्यापीठाने संमती दिली.

सुरुवातीच्या काळात 'शारदाबाई पवार महिला महाविद्यालय' परिसरात स्थापन झालेले हे 'डॉ. शरद पवार कृषी महाविद्यालय' आज भव्य इमारतीमध्ये दिमाखात उभे आहे. त्या इमारतीसाठी १० कोटी रुपये खर्च झाले आहेत. 'कृषी अनुसंधान परिषद', दिल्ली यांच्या निकषानुसार प्रत्येक विभागाची सुसज्ज प्रयोगशाळा, लायब्ररी आणि १०० टक्के निवासी मुला-मुलींच्या वसतिगृहांसह कार्यरत आहे. अगदी प्रथम वर्षापासून नेमणूक झालेले प्राध्यापक आज २० वर्षांपासून कार्यरत

आहेत. ट्रस्टने प्राध्यापकांना उच्च शिक्षणासाठी नेहमीच उत्तेजन दिले. आजमितीस अनेक ज्येष्ठ प्राध्यापक इस्त्राईल, नेदरलँड, बॅकॉक आणि युएसए परदेशी जाऊन प्रशिक्षित झालेले आहेत.

उत्तम शिक्षणामुळे या महाविद्यालयातील मुला-मुलींनी विद्यापीठात प्रथम येऊन सुवर्णपदके मिळवली आहेत. विशेषतः या मुलांना ग्रामीण कृषी कार्यानुभवासाठी ३ महिने ते वर्षासाठी आजही पाठवले जात आहे. महाविद्यालयास ३ तुकड्या मंजूर असून एकूण क्षमता ७२० विद्यार्थ्यांची डॉ. नीलेश नलावडे यांनी प्राचार्य म्हणून धुरा सांभाळली आहे. त्यांच्याच नेतृत्वाखाली कृषी संशोधन परिषदेने पदव्युत्तर अभ्यासक्रमास (एमएस्सी ऑग्री) ८ विषयांसाठी परवानगी मिळाली. १५२ खासगी महाविद्यालयांपैकी अशी परवानगी मिळालेले महाराष्ट्रातील बारामती हे एकमेव कृषी महाविद्यालय आहे. यावरूनच त्याचे महत्त्व स्पष्ट होते.

विद्या प्रतिष्ठान

सर्व प्रकारच्या शिक्षणाचे व्यासपीठ म्हणजे 'विद्या प्रतिष्ठान!' १६ ऑक्टोबर, १९७२ रोजी स्थापना झाल्यापासून संस्थेने प्रगल्भतेने यशाची शिडी गाठली आहे. गरीब आणि गुणवत्ता प्राप्त विद्यार्थ्यांना शिक्षण उपलब्ध करून देण्याचा प्रयत्न केला आहे. मा. शरद पवारसाहेब आणि श्री. अजित पवार या व्यक्तिमत्त्वांच्या नेतृत्वाखालील संस्थेमार्फत सामान्य तसेच तांत्रिक शिक्षण देण्याच्या युगाची सुरुवात केली आहे. २६० एकर जमिनीवर पसरलेल्या या शैक्षणिक संकुलात २९ संस्था कार्यरत असून, ज्यात बालवाडी ते पदव्युत्तर आणि डॉक्टरेटपर्यंतचे शिक्षण दिले जाते. विद्या प्रतिष्ठान अंतर्गत १७ शाळा कार्यरत आहेत. या शाळा एसएससी,

दिल्ली बोर्ड अशा विविध शैक्षणिक मंडळांशी संलग्न आहेत. १२ महाविद्यालये आहेत, महाविद्यालयीन स्तरावर कला, विज्ञान, वाणिज्य, जैवतंत्रज्ञान तसेच बीएड, बीई, आर्किटेक्चर, पॉलिटेक्निक, माहिती तंत्रज्ञान, कायदा आणि कृषी जैवतंत्रज्ञान यांचा समावेश आहे.

विद्या प्रतिष्ठानच्या पुणे, बारामती आणि इंदापूर येथील कॅम्पसमध्ये मुलींची ७ आणि मुलांची ६ अशी एकूण १३ वसतिगृहे आहेत. तेथे जवळपास ४०५३ विद्यार्थी राहतात. इतर सुविधांमध्ये जिम्नॅशियम, इनडोअर गेम सुविधा, सेंट्रल लायब्ररी, म्युझियम, 'गदिमा' हॉल, 'वसुंधरा कम्युनिटी रेडिओ', 'नक्षत्र गार्डन', स्टाफ क्वार्टर्स आणि कम्युनिटी सेंटर यांचा समावेश आहे.

विद्या प्रतिष्ठानचे व्हिजन आणि मिशन

- **सहाय्य अथवा मदत करणे** : गुणवत्ता पूर्ण शिक्षणातून ग्रामीण भागाचा विकास करणे.
- **बांधणी करणे** : ग्रामीण भागातील मुलांचे चारित्र्य, भविष्य घडवण्यासाठी सर्वंकष, सर्वव्यापी अभ्यासक्रम, बाह्य आणि अभ्यासंतर्गत शिक्षणाची सोय करणे.
- **शिक्षण देणे** : अटिक तंत्रज्ञानाकडून पुरस्कृत मूल्याधिष्ठित शिक्षणाची सोय संशोधनाच्या सोयी-सुविधा उपलब्ध करून देणे. विशेषतः शेतीवर आरोग्याच्या बाबतीत उद्योग विषय तंत्रज्ञान आणि पर्यावरण भर देत शिक्षण देणे.
- **सुलभ करणे** : मुलांचा सर्वांग सुंदर, सुसंगत विकास करण्यासाठी सर्वोत्कृष्ट, सर्वव्यापी दृष्टिकोन स्वीकारणे.

विद्या प्रतिष्ठानची उद्दिष्टे

- प्रशिक्षणाच्या दर्जाबाबत कधीही आणि कोणत्याही परिस्थितीत तडजोड केली जाणार नाही.
- जागतिक दर्जाचे सॉफ्टवेअर अभियंते निर्माण करणे.
- विद्यार्थीच नव्हे, तर समाजातील इतर घटक, सेवांचे ग्राहक यांच्याशी संवाद वाढवणे.

- मराठी भाषेच्या माध्यमातून सायबर गव्हर्नन्सचे क्षेत्र आणि इंटरप्राईजेस रिसोर्स प्लॅनिंगसारखी साधने विकसित करणे.

- वेब तंत्रज्ञानाच्या नियोजनाबरोबरच ई-कॉमर्सचे व्यवहार, प्रक्रिया उद्योग आणि सेवा केंद्राशी परिणामकारक संवाद प्रस्थापित करणे.

- ग्रामीण भागामध्ये इंटरनेटची सेवा पुरविणारी संस्था म्हणून कार्य करणे.

- विद्या ऑनलाइन प्रायव्हेट लिमिटेड ही कंपनीकडून सॉफ्टवेअर क्षेत्रात सल्ला सेवा म्हणून कार्य करणे.

- नवसर्जक व नवप्रेरक उद्योगांचे सक्षमीकरण घडवून आणणे. महाराष्ट्र राज्य सरकारने उभारलेल्या माहिती-तंत्रशास्त्र उद्योगक्षेत्रांचा (इन्फॉर्मेशन टेक्नॉलॉजी पार्क्स) उपयोग त्यांना करून देणे.

'विद्या प्रतिष्ठान इन्स्टिट्युट ऑफ इन्फॉर्मेशन टेक्नॉलॉजी'मध्ये विशेष अभ्यासक्रम शिकविले जातात. संगणक तसेच इंटरनेट यांच्या मूलभूत तत्त्वांचा अंतर्भाव विशेष अभ्यासक्रमांत केला आहे. विशेष अभ्यासक्रमांमधील ई-कॉमर्स, वेब डिझाइनिंग, फॉन्ट अँड टूल्स, मिडलवेअर टेक्निक्स, नेटवर्किंग, डेटाबेस मॅनेजमेंट सिस्टिम्स, सॉफ्टवेअर मॅनेजमेंट यांचा समावेश होतो.

सायन्स अँड इनोव्हेशन ॲक्टिव्हिटी सेंटर, बारामती

- **फन सायन्स गॅलरी** : शास्त्रासंबंधी मुलांमध्ये जागरुकता निर्माण करण्यासाठी ही गॅलरी तयार केलेली आहे. यांमुळे मुलांच्या शास्त्र, विज्ञानविषयक मूलभूत संकल्पना स्पष्ट होतात.

- **मल्टीपर्पज हॉल** : यामध्ये शेती शास्त्रातील आणि तंत्रातील विषयाधिष्ठित महत्त्वाच्या वैशिष्ट्यांना अधिक प्रकाश झातोत आणणे. काळजीच्या, चिंतेच्या, जिव्हाळ्याच्या क्षेत्रांचे निरनिराळ्या तंत्राद्वारे प्रदर्शन आयोजित करणे. '३ डी मॉडेल्स', 'डायोरामा', 'प्रतिक्रियांची देवाणघेवाण', 'कार्टून्स' अशा तंत्रांचा अवलंब करणे.

- इनोव्हेशन हब (नवप्रवर्तक केंद्रस्थान) : विद्यार्थ्यांच्या नावीन्यपूर्ण संकल्पनांमधून सामान्य माणसांच्या समस्या सोडवण्यासाठी व्यवसायाच्या नव्या संधी निर्माण करण्याचे काम या संस्थेद्वारे केले जाते.

- ॲम्फी थिएटर (२ डी, ३ डी) : ॲम्फी थिएटरमधील '३ डी'मुळे आपणास

डायनोसारच्या प्रारंभीच्या अवस्थेपासून त्यांच्या अंतापर्यंतची अवस्था पाहता येते.

- शिक्षकांच्या व्यवसायात अद्यावत कार्यक्रम : एका विशिष्ट ज्ञानाशी संबंध असलेले विशिष्ट ज्ञानाचा तपशील असलेले कार्यक्रम सादर केले जातात. उदाहरणार्थ पदार्थ विज्ञान शास्त्र, रसायनशास्त्र, गणितशास्त्र कमी खर्चाची विज्ञान खेळणी तयार करण्याचे प्रशिक्षण देणे. अध्यापनशास्त्राच्या पद्धतीवर केंद्रिकरण करणाऱ्या कार्यशाळा आयोजित करणे आणि त्यांना प्रकाश झोतात आणणे.

विज्ञान कार्यशाळा आणि चर्चासत्र

सर्वसाधारणपणे कार्यशाळा आणि चर्चासत्र एक दोन दिवसांसाठी आयोजित केले जातात. अशा कार्यक्रमांमध्ये विज्ञाननिष्ठ आणि व्यावयायिक एकमेकांच्या विचारांची, संकल्पनांची व्यापारी तत्त्वावर देवाण-घेवाण करतात.

विज्ञान क्लब

विज्ञान क्लबचे महत्त्वाचे उद्दिष्ट म्हणजे विद्यार्थ्यांचा आत्मविश्वास वाढवणे. विज्ञान शास्त्रातील विद्यार्थ्यांना त्यांच्या आवडीच्या विषयांची मांडणी करण्यास प्रेरणा देणे, विविध विषयांत रूची निर्माण करणे.

'सन्डे-फन्डे' हसत खेळत शिक्षण

वर्षभर दर रविवारी 'सन्डे फन्डे'चे कार्यक्रम सुरू असतात. हे कार्यक्रम करण्यात अनेक चिमुकले सहभागी होतात. जमिनीच्या पोटातून बाहेर पडणाऱ्या मुख्य फांदी लगत अनेक नवीन फांद्या फुटतात. या महान तत्त्वावर हा रविवारचा गमती जमतीचा कार्यक्रम हसत-खेळत शिक्षणावर आधारित आहे.

सुट्टीच्या दिवसांत सुद्धा निवासी विद्यार्थ्यांसाठी शिबिरे आयोजित केली जातात. या शिबिरांतून ज्ञानाच्या खिडकीतून निरनिराळ्या क्षेत्रांतील संशोधनाच्या व्यापक क्षितिजाकडे नेले जाते.

'सृजन युथ फेस्टिवल'

कृषी विकास प्रतिष्ठानकडून 'सृजन युथ फेस्टिवल' आयोजित केले जाते. युथ फेस्टिवलचा मुख्य उद्देश विद्यार्थ्यांमधील प्रतिभा, कलाकौशल्यांना प्रकाशात

आणणे, त्यांच्यामधील गायनकला, नृत्यकौशल्य, अभिनयकला, चित्रकला, आणि त्याकरता केलेली रंगसंगती इत्यादी कलागुणांचा शोध घेणे त्यांना कला सादर करण्याची संधी देणे. त्याकरता वक्तृत्वस्पर्धा, परिसंवाद, नाटक, नृत्य, फॅशन डिझाईनिंग, गायन स्पर्धा आयोजित केल्या जातात. त्याशिवाय काही अधिक कलाकृतींना उत्तेजन देण्यात आले आहे. उदाहरणार्थ मूर्ती तयार करणे (मातीच्या मूर्तींचे नमुने), फोटोग्राफी, जाहिरात तंत्र, डाक्युमेन्टरी फिल्म, कविता वाचन, निरनिराळे सांस्कृतिक कार्यक्रमांचे आयोजन केले जाते. अशा विविध स्पर्धांमुळे विद्यार्थ्यांना आपल्यातील कलागुणांना, प्रतिभांना व्यक्त करण्यासाठी एक व्यासपीठ मिळाले आहे.

'ऑक्सफर्ड विद्यापीठा'चे व्यासपीठ

अत्याधुनिक तंत्रज्ञानाचा वापर करून कृषी क्षेत्रातील अद्ययावत तंत्रज्ञान जागतिक पातळीवर पोहोचवण्यासाठी जगप्रसिद्ध ऑक्सफर्ड विद्यापीठाने बारामतीच्या 'कृषी विकास प्रतिष्ठान'ला (ॲग्रिकल्चरल डेव्हलपमेंट ट्रस्ट) व्यासपीठ उपलब्ध करून दिले आहे. प्रतिष्ठानच्या मदतीने कृषी विषयक सादरीकरण 'ऑक्सफर्ड'मध्ये करण्यात येणार आहे. डॉ. सारंग नेरकर (माजी शास्त्रज्ञ, टोरांटो विद्यापीठ) आणि नीलेश नलावडे वॉगनिंगन विद्यापीठ (Wageningen) हे ऑक्सफर्ड विद्यापीठातील 'कृत्रिम बुद्धिमत्ता : क्लाऊड आणि एज इम्प्लमेंटेशन्स' या अभ्यासक्रमांतर्गत कृषी विकास प्रतिष्ठानमधील संशोधनाचे सादरीकरण केले आहे, 'ही प्रतिष्ठानच्या दृष्टीने अभिमानास्पद बाब असल्याचे' प्रतिष्ठानचे अध्यक्ष राजेंद्र पवार सांगतात.

कृषी विकास प्रतिष्ठानचे अध्यक्ष, माजी केंद्रीय कृषिमंत्री शरद पवारसाहेब यांच्या प्रोत्साहनामुळे 'अटल इनोव्हेशन अँड इनक्युबेशन सेंटर'ची स्थापना बारामतीत केली आहे. कमी खर्चात, अधिक उत्पादन देणाऱ्या पिकांसाठी कृषिक्षेत्रात नावीन्यपूर्ण आणि कृत्रिम बुद्धिमत्तेचा वापर करण्याचा प्रयत्न या केंद्राच्या माध्यमातून केला जात आहे. येथे 'कृत्रिम बुद्धिमत्ता', 'वेअरबेल', 'कॉम्प्युटिंग' आणि 'आग्मेंटेड रिॲलिटीवर आधारित 'स्मार्ट आर्टिफिशियल इंटेलिजन्स तंत्रज्ञाना'वर संशोधन सुरू आहे. याचा उपयोग कृषी आणि अन्न उद्योगातील विविध समस्यांवर उपाय म्हणून केला जाऊ शकतो. (उदाहरणार्थ स्वयंचलित रिअल टाईम कीड, रोग आणि

शेतातील पिकांमध्ये दहा ते पंधरा दिवस अगोदर कमतरता ओळखणे व त्यांवर आधारित मार्गदर्शन करणे.)

कृषी विकास प्रतिष्ठानचे विश्वस्त मा. प्रतापराव पवार यांनी केलेला इंग्लंडचा दौऱ्यात ऑक्सफर्ड विद्यापीठात आर्टिफिशियल इंटेलिजन्स अभ्यासक्रमाचे संचालक डॉ. अजित जावकर यांची भेट घेतली. त्यावेळी त्यांनी संशोधनाची माहिती डॉ. सारंग नेरकर आणि नलावडे यांना त्यांचे संशोधन कार्य सादर करण्यासाठी आमंत्रित करण्याचा निर्णय घेतला. 'ऑक्सफर्ड विद्यापीठात आर्टिफिशियल इंटेलिजन्सचा वापर कृषिक्षेत्रात वाढवण्यासाठी जागतिक स्तरावरील विविध कंपन्या, संस्था यांचे एकत्रीकरण करण्यास रस असल्याचे', मत डॉ. जावकर यांनी नोंदवले.

अशा समस्यांवरील संशोधनासाठी टॅलेंट आकर्षित करून कृषी व अन्न प्रक्रिया उद्योग या क्षेत्रांमध्ये 'ऑग्रिकल्चरल डेव्हलपमेंट ट्रस्ट' सोबत दीर्घकालीन भागीदारी करण्याची इच्छा व्यक्त केली. कृषी क्षेत्रात एकाच ठिकाणी 'ऑग्मेंटेड रिऑलिटी', 'ड्रोन वापर', 'रोबोटिक्स', 'ब्लॉकचेन क्वांटम', 'कॉम्प्युटिंग', 'सेन्सार्स' इत्यादी तंत्रज्ञानावर एकत्रित संशोधन करण्याचा निर्णय घेतला आहे.

गुगल लॅब आणि लायब्ररी

चौथ्या टप्प्यात लायब्ररी आणि प्रयोगशाळा या दोन्ही साधनांनी पूर्णपणे आपले स्वरूप बदलले आहे. वास्तविक पाहता 'गुगल लायब्ररी' ही पारंपारिक पद्धतीची आहे. या लायब्ररीमध्ये क्रमिक पुस्तके शिक्षकांना आणि विद्यार्थ्यांना पुरवली जातात. गुगलने यांमाध्यमातून सर्जनशील उपाययोजना केली आहे. त्यामध्ये अलीकडील काळातील नवप्रवर्तक आणि प्रतिनिधित्व करणारे तंत्रज्ञान विकसित केले आहे.

मिळालेले विविध पुरस्कार

- **धानुका पुरस्कार :** धानुका ऑग्रीटेक लिमिटेड ही भारतातील प्रमुख ऑग्रो-केमिकल कंपनी आहे. कंपनीतर्फे दरवर्षी नव तंत्रज्ञानासाठी पुरस्कार दिला जातो. क्षेत्रातील सर्वोत्तम कार्य करणाऱ्या नवप्रवर्तक तंत्रज्ञानासाठी पुरस्कार, नवी दिल्ली. (९ जानेवारी, २०२०)
- **शिक्षण आणि प्रशिक्षण सर्वोत्कृष्ट पुरस्कार :** भारतीय फूल-उद्योगाकडून

बारामतीच्या 'कृषी विज्ञान केंद्रा'ला फूल-उद्योगाची शाश्वत सातत्यपूर्ण प्रगतीसाठी पुरस्कार देण्यात आला. उद्योगाला अनुरूप असे तांत्रिक ज्ञान शेतकऱ्यांना पुरवल्याबद्दल, केलेल्या कार्याबद्दल शिक्षण आणि प्रशिक्षण सर्वोत्कृष्ट पुरस्कार प्रदान (२३ फेब्रुवारी, २०१८)

- **नवप्रवर्तक महिला शेतकरी पुरस्कार** : कृषी विज्ञान केंद्रातील महिला शेतकरी स्वाती शिंगाडे 'नवप्रवर्तक महिला शेतकरी' पुरस्कार महिला शेतकरी दिनी मिळाला. नवी दिल्ली (१५ ऑक्टोबर २०१८)

- **नवप्रवर्तक महिला शेतकरी पुरस्कार** : कृषी विज्ञान केंद्राच्या स्वाती शिंगाडे यांना 'महिला शेतकरी दिनी', नवप्रवर्तक महिला शेतकरी म्हणून पुरस्कार, नवी दिल्ली (२०१८)

- **महिंद्रा समृद्धी भारतीय शेती पुरस्कार** : कृषी विज्ञान केंद्राचे संपर्क शेतकरी अरविंद निंबाळकर यांना महिंद्रा समृद्धी भारतीय शेतकरी पुरस्कार मिळाला. (२ फेब्रुवारी, २०१७)

- **दूरदर्शन सह्याद्री कृषिसन्मान पुरस्कार** : बारामती कृषी विज्ञान केंद्राला कृषी क्षेत्रात सर्वोत्तम विस्तार कार्य केल्याबद्दल 'दूरदर्शन सह्याद्री'चा कृषी सन्मान पुरस्कार (१६ मार्च, २०१७)

- **संपर्क शेतकरी पुरस्कार** : कृषी विज्ञान केंद्राचे अरविंद निंबाळकर यांना 'महिंद्रा समृद्धी इंडिया कृषी पुरस्कार २०१७'चा संपर्क शेतकरी पुरस्कार देऊन सन्मानित केले. (२०१७)

- **कृषी विज्ञान केंद्र** : 'आंतरराष्ट्रीय स्टार गुणवत्ता पुरस्कार' (२०१५)

- **कृषी विज्ञान केंद्र** : गोल्डन कॅटगरी बीआयडी ग्रुप-१ पुरस्कार, जिनेव्हा (२०१५)

- **नवप्रवर्तक शेतकरी पुरस्कार** : कृषी विज्ञान केंद्राचे 'संपर्क शेतकरी' पांडुरंग वाबळे यांना नवप्रवर्तक आणि प्रगतीशील शेतकरी म्हणून छत्तीसगडच्या रायपूर येथील समारंभामध्ये सन्मानित केले. (१७ ऑक्टोबर, २०१४)

- **संपर्क शेतकरी पुरस्कार** : भारतीय कृषी अनुसंधान परिषद, (नॅशनल इनोव्हेशन्स इन क्लायमेट रेझिलिएंट ॲग्रिकल्चर -NICRA) कॉन्फरन्समध्ये प्रगतशील शेतकरी पांडुरंग वाबळे यांना संपर्क शेतकरी पुरस्कार प्रदान

- **नवप्रवर्तक शेतकरी पुरस्कार** : बंगलोर कृषी विज्ञान केंद्राच्या 'नवप्रवर्तक शेतकऱ्यांच्या परिषदे'मध्ये राजेंद्र गोपाल जठार यांचा सत्कार (२०१३)

- **नवप्रवर्तक शेतकरी पुरस्कार :** 'आयसीएआर'कडून माजी राष्ट्रपती प्रतिभा पाटील यांच्या हस्ते विज्ञान केंद्राचे संपर्क शेतकरी यांना 'राष्ट्रीय शेती नवप्रवर्तक पुरस्कार' प्रदान केला. त्यांच्या मोटार सायकल चलित स्प्रेपंप या संशोधनासाठी हा पुरस्कार दिला गेला. उदयपूर, राजस्थान (२०१०)

- **कृषी विज्ञान केंद्र :** राष्ट्रीय पुरस्कार 'आयसीएआर' पुरस्कृत राष्ट्रीय कृषी विज्ञान केंद्र पुरस्कार : विस्तार कार्यात बहुमोल योगदानाबद्दल (२००६-२००७)

- **शेतकरी क्लब :** 'शेतकरी क्लब'चा सर्वोत्कृष्ट पुरस्कार (२००९-१०)

- **कृषी विज्ञान केंद्र :** नवप्रवर्तक पुरस्कार 'आयसीएआर'कडून संपर्क शेतकरी पुरस्कार, कृषी विज्ञान केंद्रासाठी (राष्ट्रीय कॉन्फरन्सकडून पुरस्कार) एमपीयुएटी, उदयपूर (२०१०)

- **नाबार्डचा राज्यपातळीवरील सर्वोकृष्ट कामगिरी पुरस्कार :** शेतकरी क्लबला सर्वोकृष्ट कामगिरीचा नाबार्डचा राज्यपातळीवरील पुरस्कार (२००९-१०)

- **संपर्क शेती पुरस्कार :** कृषी विज्ञान केंद्रातर्फे अरविंद निंबाळकर यांना 'महिंद्रा समृद्धी इंडिया पुरस्कार'

- **संपर्क प्रगतशील शेतकरी पुरस्कार :** कृषी विज्ञान केंद्राच्या JNKKV परिषदेमध्ये भीमराव गावडे यांना KVK केंद्राचा उत्तम शेतकरी पुरस्कार, जबलपूर (२०१०)

- **कृषी विज्ञान केंद्र :** 'एशिया पॅसिफिक एक्सलंट ऑवार्ड (२०१०)

- **राष्ट्रीय पुरस्कार :** 'आयसीएआर' पुरस्कृत 'राष्ट्रीय कृषी विज्ञान केंद्र पुरस्कार' विस्तार कार्यात बहुमोल योगदानाबद्दल बारामती कृषी विज्ञान केंद्राला देण्यात आला.(२००६-२००७)

- **कृषी विज्ञान केंद्र :** 'मधुसंदेश' (हनि बी प्रोजेक्ट) 'केव्हीके' बारामती 'आयसीएआर', 'कोपा लाइव्ह एशिया सिंगापूर पुरस्कार'

- **कृषी विज्ञान केंद्र :** चार वेळा 'नॅशनल ऑवार्ड, तीन वेळा 'झोनल ऑवार्ड'

- **कृषी विज्ञान केंद्र :** 'आयसीएआर'कडून ११५ प्रगतीशील शेतकऱ्यांना 'नवप्रवर्तक शेतकरी पुरस्कार', इतर केंद्रीय आणि राज्यस्तरीय संस्थाकडून 'नवप्रवर्तक शेतकरी पुरस्कार'

जनवस्तू संग्रहालय

शरद पवारसाहेबांचे 'जनवस्तू संग्रहालय' म्हणजे बारामतीतील आकर्षणाचे दालन आहे. त्यात केवळ विविध वस्तूंचा संग्रह नाही, तर त्यांच्या समर्पित जीवनाची 'भक्ती गाथा' आहे. एक 'कुटुंबवत्सल' व्यक्ती, तरुण ध्येयवादी, सामाजिक आणि राजकीय कार्यकर्ता, कर्तव्यदक्ष, धोरणी राज्यकर्ता, थोरा-मोठ्यांच्या सहवासात राहून संयमी जीवन जगणारा द्रष्टा राजकारणी अशी पवारसाहेबांची रूपे छायाचित्रांतून आपल्यासमोर उभी राहतात. त्यातून एक प्रकारचे संस्कार होतात. हे संग्रहालय पाहिल्यानंतर पंतप्रधान नरेंद्र मोदी यांनी ''मला प्रतिभाताईंचा एका गोष्टीबद्दल आदर वाटतो. त्यांनी एक पाहण्यासारखे उत्तम संग्रहालय उभे केले आहे.'' असे उद्‌गार काढले. प्रत्येक छायाचित्र किंवा वस्तूविषयी माहिती लिहिल्यामुळे त्यात अचूकता आणि नावीन्यता आली आहे.

'बारामती पॅटर्न'ची प्रशंसा

India's challenge is in the rural areas and in using the best technology, cost effectively, for the benefit of out farmers. Water is one of our most precious commodities but not recognized as such, more efficient utilization is imperative. The Baramati Agricultural Development Trust is contributing significantly in these areas. My compliments and best wishes.

– माजी पंतप्रधान, स्व. राजीव गांधी (१९८५)

The best ever transfer of technology center which I have seen. Irrigation system programme which conserves and saves water is most valuable in these days of crisis of water. It should percolate and touch each and every body. Would also help in water saving movement. My respect to Shri Appasaheb and all workers. Advocate Hings - Shetkari Vidhan Kendra is a novel idea. I wish success and prosperity to the Paratishthan"

– माजी कुलगुरू, स्व. एच. बी. उलेमाले,
पंजाबराव कृषी विद्यापीठ, अकोला

A work the like of which I had not seen before.

– माजी मुख्यमंत्री, स्व. रामकृष्ण हेगडे, कर्नाटक

KVK Center is wonderful very much impressed. This can be said to be model KVK for all other KVK across the country good work in India. My best wishes!

– माजी उपराष्ट्रपती, व्यंकय्या नायडू, भारत

परिशिष्ट

कृषिक्षेत्राबाबत चर्चा...

ज्येष्ठ कृषितज्ज्ञ, कृषिरत्न, मार्गदर्शक आप्पासाहेब पवारसाहेब यांच्यासमवेत कृषिक्षेत्राबाबत चर्चा करताना लेखक, प्रा. आप्पासाहेब आक्काप्पा पवार....

क्षण कृतज्ञतेचा...

बारामतीच्या सामाजिक आणि आर्थिक विकासातील 'कृषी विकास प्रतिष्ठानचे योगदान' या विषयावरील पीएचडी प्रबंध प्रा. आप्पासाहेब आक्काप्पा पवार यांनी माजी केंद्रीय कृषिमंत्री मा. शरदचंद्र पवार यांना दिला. तो अविस्मरणीय क्षण! (१० नोव्हेंबर, २००४)

No. NAEB:15.8.4/91-IPVM
Government of India
Ministry of Environment and Forests
National Afforestation & Eco-Development Board
7th Floor, Paryavaran Bhawan,
CGO Complex, Lodi Road,
New Delhi-110003.

January 29, 1993

To

Shri Appasaheb Akkappa Pawar
At/PO-Ankale, Tal:- Hukkeri,
Belgaum, Karnataka

<u>Sub</u> : <u>Indira Priyadarshini Vrikshamitra Awards-1991</u>

Sir,

I am directed to refer to your nomination for the Indira Priyadarshini Vrikshamitra Awards (IPVM) – 1991, and to say that, as a part of the laid down procedure, it is proposed to have the work reported in your nomination papers assessed by an independent agency. Accordingly, the task of making the evaluation has been assigned to Shri K.K. Pandey, Director, NAEB. Shri Pandey proposes to visit your organisation shortly for this purpose. It is requested that necessary assistance and cooperation may kindly be extended to Shri Pandey to enable him to complete the assessment work at the earliest. In this context, requisite documents and records, etc., may also kindly be made available to Shri Pandey for his scrutiny.

Yours faithfully,

(S.K. Puri)
Director (B-VII)
Tel: 4361580

<u>Copy to</u>:

Shri K.K. Pandey
Director (B-II),
NAEB.

मंत्री

पर्यावरण एवं वन

भारत

MINISTER
ENVIRONMENT & FORESTS
INDIA

D.O.No.15.8.4/91-IPVM(Pt.)   1 7 OCT 1994

Dear Shri Pawar,

    The Indira Priyadarshini Vrikshamitra Awards (IPVM) for 1991 were given away by the President of India on 6th August 1994. In this connection, I would like to inform you that your nomination for these Awards, which was sponsored by the Deputy Conservator of Forests, Social Forestry Division, Belgaum, was duly considered by the Selection Committee. As you are aware, only two Awards can be given in each category and, hence, the competition for the same is quite stiff and close. Though your name did not figure in the final list of the Awardees, the work done by you towards environmental protection and regeneration was, nonetheless, deeply appreciated by the Committee.

    I would like to convey my deep appreciation of the work you are doing towards environmental upgradation. I do hope you will continue to make significant contribution to the cause of afforestation and wastelands development in future as well.

    With best wishes,

Yours sincerely,

(KAMAL NATH)

Shri Appasaheb Akkappa Pawar,
At: Ankalee, Tal: Hukkeri,
Distt. Belgaum,
Karnataka.

संदर्भग्रंथ सूची

- डॉ. विजय कविमंडन : *विकासाचे अर्थशास्त्र व नियोजन*, मंगेश प्रकाशन, नागपूर, पाचवी आवृत्ती, (१९९८)
- प्रा. डॉ. अशोक पत्की : *विकासाचे अर्थशास्त्र आणि नियोजन*, विद्या बुक्स पब्लिशर्स, औरंगाबाद, (२०००)
- भोसले आणि काटे : *विकासाचे अर्थशास्त्र आणि नियोजन*
- डॉ. जे. एफ. पाटील : *विकासाचे अर्थशास्त्र आणि नियोजन*
- कृषी विकास प्रतिष्ठान, बारामती : *तीन दशकांची वाटचाल*
- डॉ. शिवाजीराव ठोंबरे : *कृषी भगीरथ आप्पासाहेब पवार*, सन पब्लिकेशन्स, (२००८)
- सरोजिनी नितीन चव्हाण : *शारदाबाई गोविंदराव पवार*, सकाळ प्रकाशन, (२०११)
- शरद पवार : *लोक माझे सांगाती*, राजकीय आत्मकथा, राजहंस प्रकाशन, (२०१८)
- डॉ. सुधीर भोंगळे, संपादक : *मासिक राष्ट्रवादी*, (२०१६)
- आप्पासाहेब पवार : *पाणी : २१ व्या शतकातील संघर्षाची ठिणगी*
- प्रताप पवार : *वाटचाल*, सकाळ प्रकाशन
- श्री. चन्नवीर भद्रेश्वर मठ : *पावसातला सह्याद्री*
- अरुण टिकेकर, अभय टिळक : *स्पर्धा काळाशी*
- डॉ. अशोक पाटील : *शेतकऱ्यांचे शरद पवार*
- डॉ. सुधीर भोंगळे : *नेमकचि बोलणे*
- ना. धो. महानोर : *शरद पवार आणि मी*
- सकाळ मिडिया प्रा. लि. : *लक्षवेधी, शरद पवार वाढदिवस विशेष*, (२०२२)
- डॉ. शरद निंबाळकर : *कृषी औद्योगिक क्रांतीचे प्रणेते वसंतराव नाईक*, दैनिक सकाळ, (२०२१)
- दैनिक अॅग्रोवन, आदिनाथ द. चव्हाण, संपादक : *अॅग्रोवन दिवाळी अंक*, (२०२२)

- Dutt & Sundhram : Indian Economy, S. Chand Publication, 72 Edition 2020
- Reddy U.B. : Role of Voluntary Agencies in Rural Development
- Shri. A.A. Pawar : Role of Agricultural development : Researcher Trust, Baramati in the Socio-Economic Guide
- Dr. A. A. Dange Transformation of Baramati Taluka : Shivaji University (May, 2004)
- Krishi Vigyan Kendra Baramati, (1992-2017)
- Krishi Vigyankendra, Baramati, (2018)
- Golden Jubilee Krishi Vikas Pratisthan : Krishi Vigyankendra, Baramati, (2018)

लेखक परिचय

डॉ. आप्पासाहेब आक्काप्पा पवार
एमए (अर्थशास्त्र), पीएचडी
मो. ९७६४२६००१७

पुस्तके
शेतकी क्रांतीची दिशा (१९८१), मराठी व कन्नड दैनिकांमध्ये लेख प्रसिद्ध

पुरस्कार
'उत्कृष्ट शिक्षक पुरस्कार', लायन्स क्लब, गडहिंग्लज, 'इंदिरा प्रियदर्शनी वृक्षमित्र पुरस्कार' नामांकन प्राप्त

इतर
सेवानिवृत्त प्राचार्य, शिवराज महाविद्यालय, गडहिंग्लज, 'मासिक परिवर्तनाच्या दिशा', 'मासिक परिवर्तनाच्या वाटा', 'लोकअक्षर पब्लिकेशन', गडहिंग्लज, कोल्हापूर आणि रा. म. माद्याळकर एज्युकेशन सोसायटी, भादवणवाडी, आजरा, कोल्हापूर अशा विविध संस्थांचे सल्लागार